AI VÀO ĐỊA NGỤC

AI VÀO ĐỊA NGỤC
NGUYÊN MINH

Bản quyền thuộc về tác giả và Nhà xuất bản Liên Phật Hội.

Copyright © 2016 by Nguyen Minh
ISBN-13: 978-1545411193
ISBN-10: 1545411190

© All rights reserved. No part of this book may be reproduced by any means without prior written permission from the publisher.

NGUYỄN MINH

AI VÀO ĐỊA NGỤC

NHÀ XUẤT BẢN LIÊN PHẬT HỘI

Thư ngỏ

Trong khoảng vài thập niên vừa qua, sự bùng nổ các phương tiện thông tin trên toàn thế giới, và nhất là trên khắp các thành phố lớn ở Việt Nam ta, đã mang đến những thuận lợi lớn lao thúc đẩy sự tiến bộ vượt bực trong hầu hết các lãnh vực khoa học, kỹ thuật, công nghệ, giáo dục... Nhưng bên cạnh đó, môi trường phát triển mới cũng đặt ra không ít những khó khăn thách thức, những ưu tư lo ngại về sự phát triển tinh thần của thế hệ trẻ trong tương lai.

Những ưu tư lo ngại này là hoàn toàn có cơ sở thực tế. Như một cơn bão lốc tràn qua, những yếu tố của nền văn minh khoa học kỹ thuật hiện đại đang đe doạ xóa mờ đi hoặc ít nhất cũng là làm lung lay những giá trị đạo đức, tâm linh trong cội nguồn văn hóa dân tộc. Điều này đặc biệt đáng lo ngại đối với lớp trẻ, bởi các em như những cây non còn chưa đủ thời gian để bám rễ sâu vững vào lòng đất mẹ, chưa đủ thời gian để cảm nhận và tiếp nhận đầy đủ những giá trị tinh hoa từ truyền thống lâu đời do tổ tiên truyền lại, và đã phải tiếp xúc quá nhiều, quá sớm với những giá trị văn hóa ngoại lai. Mặc dù phần lớn trong đó có giá trị tích cực trong việc thúc đẩy sự phát triển xã hội về mặt kinh tế, khoa học, kỹ thuật, công nghệ... nhưng cũng có không ít các yếu tố độc hại đối với tâm hồn non trẻ của tầng lớp thanh thiếu niên trong độ tuổi mới lớn.

Sự độc hại này không phải do nhận xét chủ quan hay bảo thủ của thế hệ cha anh, mà là một thực tế hiển nhiên vẫn tồn tại từ Đông sang Tây, ở bất cứ xã hội, đất nước nào mà nền văn minh công nghiệp hiện đại phát triển mạnh. Nó được biểu hiện cụ thể qua những số liệu đáng lo ngại về tỷ lệ cao và rất cao của những vụ phạm pháp vị thành niên, có thai và phá thai ở độ tuổi rất sớm, hay những vụ ly hôn không lâu sau ngày cưới... và đi xa hơn nữa là nghiện rượu, là hút, chích ma tuý, rồi dẫn đến trộm cướp, tự tử...

Tất cả những điều đó không phải gì khác hơn mà chính là biểu hiện của sự thiếu vắng các giá trị tinh thần, các giá trị tâm linh vốn là cội nguồn của đạo đức, của văn hóa dân tộc. Các nhà giáo dục, các vị lãnh đạo của chúng ta hẳn là đã sớm nhận ra điều này và đã có những phản ứng tích cực, đúng đắn qua hàng loạt các phong trào "về nguồn" cũng như khuyến khích việc xây dựng một nền văn hóa mới "đậm đà bản sắc dân tộc"...

Những gì chúng ta đã làm là đúng nhưng chưa đủ. Trong bối cảnh thực tế, các bậc cha mẹ, thầy cô giáo... đang dần dần phải bó tay trong việc quản lý môi trường tiếp xúc của con em mình. Những điểm dịch vụ Internet mọc lên nhan nhản khắp nơi, và chỉ cần ngồi trước máy tính là các em có thể dễ dàng tiếp xúc với *"đủ thứ trên đời"* mà không một con người đạo đức nào có thể tưởng tượng ra nổi! Ở mức độ nhẹ nhất cũng là những cuộc tán gẫu (chat) hàng giờ vô bổ trên máy tính, những *"chuyện tình"* lãng mạn của các cô cậu nhí chưa quá tuổi 15! Và hậu quả không tránh khỏi tất nhiên là năng lực học tập sút giảm, các thói quen xấu hình thành... và hàng trăm sự việc không mong muốn cũng đều bắt đầu từ đó...

Xã hội hóa giáo dục là cách duy nhất mà chúng ta có thể làm để đối phó với thực trạng phức tạp này. Và chúng ta đã khởi sự làm điều đó từ nhiều năm qua. Vấn đề chúng tôi muốn đề cập ở đây là một sự mở rộng hơn nữa khái niệm *"xã hội hóa"* và các hình thức giáo dục, trực tiếp cũng như gián tiếp. Một trong những việc làm thiết thực nhất để góp phần vào việc này có thể là cố gắng cung cấp cho các em một loạt những tựa sách có nội dung lành mạnh, hướng dẫn đời sống tinh thần cũng như vun bồi những giá trị đạo đức vốn có của dân tộc.

Việc bảo vệ đời sống tinh thần cho con em chúng ta là trách nhiệm chung của tất cả mọi người, vì thế chúng tôi thiết nghĩ là tất cả các bậc phụ huynh đều phải tích cực tham gia, tất cả các ngành, các giới... đều phải tích cực tham gia, và hãy tham gia một cách cụ thể bằng những việc làm cụ thể.

Xuất phát từ những suy nghĩ và nhận thức như trên, Công ty Hương Trang chúng tôi đã hết sức vui mừng khi nhận được lời đề nghị của một nhóm các anh em nhân sĩ trí thức Phật giáo về việc hợp tác mở một tủ sách với chủ đề hướng dẫn đời sống tinh thần. Chúng tôi đã đồng ý với nhau sẽ cố gắng duy trì loạt sách này trong bao lâu mà chúng tôi còn nhận được sự ủng hộ từ độc giả, cho dù khả năng thu lợi nhuận từ một tủ sách như thế này có thể là rất thấp.

Với hơn 20 thế kỷ tồn tại và phát triển, song hành với biết bao giai đoạn thăng trầm trong lịch sử đất nước, Phật giáo là tôn giáo lớn nhất và cổ xưa nhất của dân tộc ta, xứng đáng là người anh cả trong đại gia đình các tôn giáo, tín ngưỡng Việt Nam - một người anh cả luôn bao dung và khoan hòa, luôn nêu cao những chuẩn mực đạo đức, tín ngưỡng truyền thống của dân tộc. Chính vì vậy, mỗi giá trị tinh thần của Phật giáo đều đã trở thành di sản quý giá chung của toàn dân tộc.

Loạt sách này của chúng tôi sẽ được mang một tên chung là "RỘNG MỞ TÂM HỒN", và nhắm đến việc cung cấp những hiểu biết cơ bản về Phật giáo trên tinh thần vận dụng một cách thiết thực vào chính cuộc sống hằng ngày. Thiết nghĩ, khi có được những giá trị tinh thần này, chúng ta sẽ như những cây xanh có cội nguồn, có gốc rễ vững chắc, và sẽ không dễ gì bị lung lay, tác hại bởi những yếu tố tiêu cực trong văn hóa ngoại lai. Hơn thế nữa, chúng ta sẽ có thể tạo lập một đời sống tinh thần tốt đẹp hơn, vững chãi hơn giữa cuộc sống bon chen tất bật này.

Thư ngỏ

Hy vọng đây sẽ là loạt sách bổ ích cho bất cứ ai muốn tìm hiểu về văn hóa Phật giáo, và thông qua đó cũng là hiểu được phần lớn cội nguồn văn hóa dân tộc. Mặc dù mục đích chính là nhắm đến việc hướng dẫn đời sống tinh thần cho lớp trẻ, chúng tôi vẫn hy vọng là loạt sách cũng góp phần củng cố những giá trị văn hóa đạo đức nói chung. Và như vậy, mục tiêu đề ra có thể là quá lớn so với trình độ và khả năng hiện có của chúng tôi. Vì thế, chúng tôi xin chân thành đón nhận mọi sự góp ý xây dựng cũng như những lời chỉ giáo từ quý vị độc giả cao minh, để nội dung loạt sách sẽ ngày càng hoàn thiện hơn. Chúng tôi cũng sẽ rất vui mừng được đón nhận sự hợp tác của bất cứ tác giả nào quan tâm đến chủ đề này. Quý vị có thể liên lạc qua thư từ hoặc trực tiếp tại địa chỉ: Nhà sách Quang Bình, số 416 đường Nguyễn Thị Minh Khai, phường 5, quận 3, thành phố Hồ Chí Minh, hoặc điện thoại số: (08) 8 322 386, hoặc qua địa chỉ điện thư: agent@nhasachquangminh.net

NHÀ SÁCH QUANG BÌNH
Công ty Văn hóa Hương Trang

Website: www.huongtrang.net

Dẫn nhập

Thiên đường và địa ngục là những khái niệm hầu như không xa lạ đối với bất cứ ai trong chúng ta. Tuy vậy, trong thực tế thì chúng ta luôn có những cách hiểu và cảm nhận khác nhau về các khái niệm này.

Ngược dòng thời gian, có lẽ nhân loại đã từng biết đến những khái niệm về thiên đường và địa ngục từ xa xưa lắm. Trong hầu hết -nếu không nói là tất cả - các nền văn minh tối cổ của nhân loại đều thấy xuất hiện những khái niệm tương tự về thiên đường và địa ngục. Những tôn giáo xuất hiện sớm nhất mà chúng ta còn được biết, cũng không một tôn giáo nào không có những khái niệm này, cho dù mỗi nơi có thể dùng những tên gọi khác nhau, và cách mô tả, diễn đạt hay niềm tin vào những khái niệm này cũng không phải là hoàn toàn giống nhau.

Tuy nhiên, có một điều mà chúng ta có thể dễ dàng nhận ra ở tất cả những cách hiểu khác nhau về thiên đường và địa ngục, đó là tính cách thống nhất về sự tương phản của hai khái niệm này và tính chất răn đe, giáo dục của chúng. Giống nhau về đại thể nhưng khác nhau về những khía cạnh chi tiết, tính cách *"đại đồng tiểu dị"* này quả thật là một bằng chứng cho thấy có rất nhiều điều để tất cả chúng ta - với tư cách là những con người - quan tâm tìm hiểu về những khái niệm này. Từ một góc độ nào đó, có thể nói là chúng vô cùng thiết yếu đối với cuộc sống của mỗi chúng ta, và nếu nói theo cách diễn đạt của *Dostoyevsky* thì đó chính là những khái niệm mà *"nếu không có cũng cần phải dựng lên cho có"*.

Tập sách mỏng này không có tham vọng đề cập đến chủ đề trên một cách bao quát cả thời gian và không gian, mà chỉ mong muốn thông qua những gì được truyền lại từ thuở xa xưa để nêu lên một số nhận xét, phân tích rất gần gũi và thiết thực về những khái niệm thiên đường và địa ngục. Mỗi chúng ta có thể tin nhận hoặc không tin nhận, có thể hiểu theo cách này hoặc cách khác, và bản thân người viết cũng đã vận dụng quyền phán đoán độc lập của mình khi đưa ra những lập luận trong sách này. Tuy nhiên, vẫn có những điều mà hy vọng tất cả chúng ta đều có thể dễ dàng đồng ý với nhau, đơn giản chỉ là vì chúng hoàn toàn phù hợp với những gì mà mỗi chúng ta đều tiếp xúc và cảm nhận hằng ngày trong cuộc sống.

Nền văn minh nhân loại ngày nay thực sự là điểm đến của một quá trình phát triển kéo dài qua hàng ngàn năm lịch sử. Trong đó, khoa học, triết học, tôn giáo và tất cả các thành tựu tri thức khác của nhân loại đều có những tiến triển nhất định so với điểm khởi đầu của chúng. Vì thế, chúng ta sẽ không có đủ điều kiện để nhìn lại tất cả những chuyển biến trong suốt chiều dài lịch sử. Tuy nhiên, trên tinh thần *"ôn cố tri tân"*, chúng ta cũng sẽ không thể không nhớ về những gì mà người xưa đã từng nói đến.

Tín đồ của một tôn giáo nào đó sống trong thế

giới hiện đại ngày nay có thể hiểu về thiên đường hay địa ngục không hoàn toàn giống với những tín đồ của cùng một tôn giáo đó đã sống cách đây vài ba mươi năm, vài trăm năm hoặc cho đến hơn ngàn năm... Tuy nhiên, họ vẫn có những niềm tin cơ bản rất giống nhau, vẫn có những điểm chung để ta có thể dễ dàng nhận ra được là họ tin theo cùng một tôn giáo. Vì thế, vẫn có những lý do rất thuyết phục để chúng ta có thể tin chắc rằng, cho dù khoa học hiện đại có phát triển đến mức nào đi chăng nữa, nhân loại vẫn sẽ tiếp tục đặt niềm tin vào một số vấn đề mà khoa học không sao có thể chứng minh cụ thể hoặc giải thích bằng vào những nguyên lý hay định luật đã có được.

Qua tập sách này, người viết hy vọng sẽ có thể nêu lên một số nhận thức về thiên đường và địa ngục mà người viết tin là có thể mang lại những chuyển biến hướng thượng rất tích cực trong cuộc sống của mỗi người. Tuy nhiên, những cách hiểu và nhìn nhận ấy có thực sự được xem là hợp lý, chính xác và khoa học hay không, có thể thuyết phục được người nghe hay không, điều đó tất nhiên còn phải tùy thuộc vào sự phán xét và tiếp nhận của từng độc giả. Người viết cũng xin nhận lỗi về những sai sót nếu có, và chân thành biết ơn mọi ý kiến đóng góp xây dựng từ bạn đọc.

Trân trọng
Mùa thu, 2005
Nguyên Minh

Thiên đường và địa ngục

Kinh Thánh nói rằng Thiên Chúa tạo ra con người đầu tiên từ bùn đất cùng lúc với một vườn Địa đàng, trong đó có đầy đủ tất cả những gì tốt đẹp nhất mà con người có thể tận hưởng, kể cả một cây trường sinh để giúp con người có thể sống lâu mãi mãi.

Rồi con người - khi ấy là ông *A-đam* và bà *E-và* - sa ngã vì nghe theo lời xúi giục của một con rắn xảo quyệt. Họ đã không vâng theo lời Chúa, làm trái lại những gì Chúa phán dạy, dám ăn cả trái cấm mà Chúa không cho phép họ ăn.

Thảm họa của con người bắt đầu từ đó. Chúa đã đuổi họ ra khỏi vườn Địa đàng và không cho họ được ăn trái cây trường sinh nữa. Con người ngay từ khi đó bắt đầu nhận lãnh đầy đủ những nỗi khổ đau mà đến nay vẫn còn đeo đuổi họ - đó là những nỗi khổ sinh, già, bệnh, chết, và kèm theo là vô số những khổ đau của cuộc sinh tồn.

Nhưng nếu như việc ăn trái cấm đã là nguyên nhân mang đến tai họa cho con người, thì chính điều đó cũng là manh mối đã tạo ra một tia hy vọng để con người có thể quay về với Chúa. Bởi vì, cũng theo Kinh Thánh, việc ăn trái cấm đã làm cho con người biết phân biệt điều thiện và điều ác. Và giờ đây, trong cuộc lưu đày dài lâu của mình, con người chỉ còn lại một hướng thoát duy nhất là nhờ vào sự phân biệt đó để bỏ điều ác và hướng về điều thiện. Bởi vì, Chúa đã phán dạy là những ai biết làm điều thiện và kính tin vào Chúa sẽ được trở về Nước Chúa.

Nước Chúa hay thiên đường, chính là điều mà những tín đồ của Chúa luôn mong muốn. Bởi vì người ta tin rằng ở đó không còn có những khổ đau triền miên như trong cuộc sống hiện tại này. Nói cách khác, người ta tin rằng đó là con đường duy nhất để chấm dứt những khổ đau của cuộc sống trần tục và được hưởng những ân sủng tràn đầy của Thiên Chúa. Và để có thể được lên thiên đường, con người phải biết làm điều thiện và đặt niềm tin vào Đức Chúa.

Ấn Độ giáo cũng như nhiều tôn giáo khác của Ấn Độ từ thời cổ đại cũng đã đặt niềm tin vào một đấng *Phạm thiên* (*Brahman*) sáng tạo thế giới, và kèm theo đó là một cõi trời đầy hoan lạc dành cho những ai biết làm việc thiện và thờ phụng đấng *Phạm thiên*.

Tín đồ Hồi giáo cũng được người sáng lập của họ là nhà tiên tri *Mohammed* dạy rằng có một thiên đường dành cho những ai tin vào đấng *Allah*, biết thực hành việc bố thí, ăn chay (theo cách của đạo Hồi), hành hương đến thánh địa *Mecca*, giữ đúng theo lễ nghi đạo Hồi và sống có hiếu nghĩa. Đường vào thiên đường ấy là một cây cầu bảy nhịp rất nhỏ mà tất cả những ai đã gây ra tội lỗi, thiếu đức tin đều sẽ phải rơi ngã trước khi đến được thiên đường. Nơi họ rơi xuống chính là địa ngục!

Nói chung, hầu hết các tôn giáo đều có những

khái niệm tương tự về thiên đường và địa ngục. Thiên đường là một hứa hẹn tốt đẹp, là phần thưởng khích lệ dành cho những ai tin và làm theo các giáo điều hay lời dạy của đấng giáo chủ. Ngược lại, địa ngục được mô tả là nơi tập trung tất cả những hình thức khác nhau của sự khổ đau cùng cực, kể cả những sự hành hạ khủng khiếp nhất mà con người có thể tưởng tượng ra được, chẳng hạn như bị cưa xương xẻo thịt, bị nấu trong vạc dầu, bị thiêu đốt trong lửa nóng... Và địa ngục luôn là nơi chờ đợi những kẻ ác độc, gây nhiều tội lỗi cũng như không có đức tin.

Tóm lại, thiên đường được xem như phần thưởng xứng đáng dành cho người tốt và địa ngục chính là sự trừng phạt thích đáng dành cho kẻ xấu.

Nhưng đó là niềm tin của những tín đồ. Điều gì sẽ xảy ra với những người không phải là tín đồ của các tôn giáo đó, hoặc không là tín đồ của bất cứ tôn giáo nào? Phải chăng Nước Chúa sẽ từ chối những người không tin Chúa? Phải chăng thiên đường không có chỗ cho những ai phủ nhận đấng *Allah*? Và nếu họ tạo ra nhiều tội ác, họ sẽ chịu sự trừng phạt ở địa ngục nào?...

Vào thời đức Phật *Thích-ca Mâu-ni*[1] ra đời tại Ấn Độ, niềm tin về thiên đường và địa ngục được biết là đã hình thành từ trước đó. Tuy nhiên, ngài

---

[1] Thích-ca Mâu-ni (釋迦牟尼), phiên âm từ tiếng Phạn là *Şkyamuni*, đức Phật có thật trong lịch sử, người khai sáng đạo Phật. Ngài đản sinh vào năm 624 trước Công nguyên và nhập Niết-bàn 80 năm sau đó.

đã phủ nhận những cách hiểu theo truyền thống để nhận thức lại toàn bộ vấn đề và đưa ra những lời dạy hoàn toàn không giống như những tôn giáo khác.

Đức Phật không thừa nhận thiên đường và địa ngục như là những hình thức thưởng phạt dành cho những ai có hoặc không có đức tin. Thay vì vậy, ngài đưa ra giáo lý nhân quả để giải thích cho các khái niệm này. Chính vì vậy, cách hiểu về thiên đường và địa ngục của đạo Phật là hoàn toàn khác biệt so với các tôn giáo khác. Nói một cách chính xác hơn, đức Phật không nói về *thiên đường*, nhưng thừa nhận một khái niệm có phần nào tương tự là *thiên giới*, hay các cõi trời của chư thiên.

Có nhiều khác biệt trong cách hiểu về *thiên giới* của đạo Phật với *thiên đường* của các tôn giáo khác. Trước hết, Phật dạy rằng những ai được sinh về *thiên giới*, hay các cõi trời, là hoàn toàn do những việc lành mà họ đã làm, chứ không liên quan đến việc họ có tin hay không tin vào một tôn giáo nào đó. Đối với *Mười điều lành* mà Phật đã dạy, bất cứ ai làm theo đúng như vậy đều sẽ được sinh về cõi trời, hưởng những sự khoái lạc, vui thú ở nơi đây, bất kể người đó tin theo tôn giáo nào. *Mười điều lành*, hay *Thập thiện đạo* (十善道), bao gồm các điều sau:

1. Không sát sanh, thường làm việc tha thứ và phóng sanh.

2. Không trộm cắp, thường tu hạnh bố thí, giúp đỡ, san sẻ với mọi người.

3. Không tà dâm, luôn giữ lòng chung thủy một vợ một chồng.

4. Không nói dối, luôn nói lời chân thật.

5. Không nói trau chuốt, thô tục, thường nói những lời có ý nghĩa, có ích lợi.

6. Không nói đâm thọc, gây chia rẽ, thường nói những lời tạo ra sự đoàn kết, thương yêu nhau.

7. Không nói lời độc ác, gây tổn hại, thường nói những lời ôn hòa, nhu thuận.

8. Không tham lam, luôn quán xét rằng mọi thứ của cải vật chất đều chỉ là giả tạm, không thường tồn.

9. Không sân nhuế, thường tu tập hạnh từ bi, nhẫn nhục.

10. Không ngu mê, tà kiến, thường sáng suốt tu tập theo chánh kiến.

Mười điều lành như được kể trên không mang màu sắc riêng biệt của một tôn giáo. Đó là những điều được xem là tốt đẹp *đối với tất cả mọi con người*. Một xã hội mà tất cả công dân đều thực hiện đúng theo mười điều này thì tự nó đã có thể xem là một *thiên đường*. Sẽ không còn nữa các tội ác trong xã hội, và mọi người đều chia sẻ nhau tất cả những gì mình có, trong một tinh thần thương yêu và hòa hợp lẫn nhau. Vì thế, khi tất cả những người thực hành *mười điều lành* này cùng sống chung với nhau ở một nơi thì nơi đó chính là *thiên giới*, chính là những cõi trời với tất cả những niềm vui và sự sung sướng như con người mong ước!

Đức Phật cũng dạy rằng, không chỉ có một cõi trời duy nhất, mà có rất nhiều cõi trời khác nhau, với những phước báo khác nhau. Khi một người thực hành theo *Mười điều lành*, người ấy chắc chắn sẽ được sinh về cõi trời như một kết quả tất nhiên của những việc lành mà họ đã làm. Nhưng tùy theo mức độ làm lành mà họ sẽ được sinh về những cõi trời khác nhau, tương ứng với nghiệp lành mà họ đã tạo. Điều đó có nghĩa nôm na là, càng làm nhiều việc lành thì phước báo được hưởng sẽ càng lớn, và thời gian được thọ hưởng những phước báo đó cũng kéo dài tùy thuộc vào mức độ những việc lành đã làm.

Như vậy, các cõi trời không phải là nơi mà người ta được tận hưởng khoái lạc mãi mãi như cách hiểu về *thiên đường*. Để tiếp tục được hưởng phước báo, người ta phải tiếp tục thực hành các điều lành. Chừng nào mà họ còn thực hành các điều lành, thì đời sống nơi thiên giới của họ sẽ còn được kéo dài, hoặc có thể được thác sinh về những cõi trời tốt đẹp hơn nữa. Nhưng nếu họ không làm lành, hoặc ngược lại còn chuyển sang làm các điều ác, phước báo đã tạo ra của họ sẽ cạn kiệt dần và cuối cùng không còn nữa. Khi ấy, họ sẽ phải thác sinh vào những cảnh giới xấu, tùy theo những việc ác mà họ đã làm.

Cũng theo cách hiểu như trên, các cõi trời không phải là những nơi đã dứt hết khổ đau. Bởi vì chư thiên ở đó vẫn không thoát khỏi quy luật biến đổi vô thường và những nỗi khổ sinh, già, bệnh, chết. Nếu họ không biết lo tu tập và làm lành, sự sung sướng của họ sẽ không kéo dài mãi mãi, và họ vẫn phải rơi trở lại những cảnh giới xấu hơn.

Vì thế, đạo Phật không xem việc được sinh lên cõi trời là cứu cánh rốt ráo để chấm dứt khổ đau. Bởi vì đó cũng chỉ là những cảnh giới chưa thoát ra khỏi vòng sinh tử luân hồi. Việc thực hành *Mười điều lành* tuy là tốt đẹp nhưng cũng vẫn chỉ thuộc về *pháp thế gian*, nên cũng chỉ có thể mang lại những kết quả tốt đẹp trong phạm vi thế gian mà thôi. Để chấm dứt khổ đau và thoát khỏi sinh tử, người ta cần phải biết đi theo một hướng khác, đó là tu tập các pháp có thể giúp vượt ra khỏi thế gian này, gọi là các *pháp xuất thế gian*. Các pháp đó là *Tứ diệu đế, Thập nhị nhân duyên* và *Lục ba-la-mật*.

Về cơ bản, tất cả những pháp này không hề đi ngược lại với *Mười điều lành*, mà thực sự còn là những hình thức nâng cao hơn nữa, mở rộng hơn nữa của các điều lành ấy. Nhưng ngoài ra, mục đích chính của các pháp này lại là mang đến cho người thực hành chúng những nhận thức đúng thực về cuộc sống. Và chính nhờ có được những nhận thức đúng thực về cuộc sống mà chúng ta mới có được những cơ sở để nhận rõ và dứt trừ khổ đau trong cuộc sống. Ý nghĩa của sự giải thoát trong đạo Phật được hình thành từ khái niệm cơ bản này: *chấm dứt mọi khổ đau trong cuộc sống.*

Như vậy, thiên giới hay các cõi trời chỉ là sự *tạm*

dừng của những khổ đau trong một thời gian và với một mức độ nhất định. Vì thế, đó không được xem là *sự giải thoát*. Nếu có thể tin được rằng *thiên đường* là nơi vĩnh viễn đoạn tuyệt mọi khổ đau trong cuộc sống, thì đó sẽ chính là sự giải thoát mà đạo Phật hướng đến. Nhưng điều quan trọng ở đây lại là, có thể tin được điều đó hay không? Đạo Phật không thừa nhận một *thiên đường* theo cách đó, và các tín đồ đạo Phật không cầu nguyện để được lên *thiên đường*, mà hướng đến *sự giải thoát* theo một cách khác. Đó là thực hành theo đúng những lời Phật dạy, nghĩa là tu tập các pháp *Tứ diệu đế, Thập nhị nhân duyên* và *Lục ba-la-mật*.

Tứ diệu đế, được hiểu theo nghĩa đơn giản nhất là *bốn chân lý* về đời sống. Bởi vì không ai có thể phủ nhận chúng, nên chúng được xác định là *chân lý*. Chẳng hạn, chân lý thứ nhất (*Khổ đế*) nói lên tính chất khổ đau của đời sống, với những nỗi khổ như sanh, già, bệnh, chết... Dù muốn hay không, cũng không ai có thể phủ nhận được sự thật là mọi người đều phải nhận chịu những nỗi khổ này. Tương tự, các chân lý tiếp theo là về nguyên nhân của đau khổ (*Tập đế*), sự chấm dứt của đau khổ (*Diệt đế*) và những phương thức tu tập để chấm dứt khổ đau (*Đạo đế*).[1] Theo cách hiểu truyền thống, người thực hành theo *Tứ diệu đế* sẽ có thể đạt đến sự giải thoát và chứng bốn thánh quả là *Tu-đà-hoàn, Tư-đà-hàm, A-na-hàm* và *A-la-hán*. Thánh quả *A-la-hán*

---

[1] Về ý nghĩa chi tiết và sự thực hành Tứ diệu đế, xin tìm đọc "Vì sao tôi khổ", cùng một tác giả, Nxb Tổng hợp Thành phố HCM.

được xem là quả vị cao nhất của hàng *Tiểu thừa* hay *Thanh văn thừa*.

Thập nhị nhân duyên hay 12 yếu tố làm sinh khởi đời sống. Mười hai yếu tố này là: *vô minh, hành, thức, danh sắc, lục nhập, xúc, thọ, ái, thủ, hữu, sinh* và *lão tử* hay *già chết*.

Từ *vô minh* cho đến *già chết* là một vòng xoay khép kín mà thật ra không có điểm khởi đầu hay kết thúc. Đời sống được hình thành và chịu sự chi phối của 12 nhân duyên này, theo một nguyên tắc gắn bó và tác động lẫn nhau, nên không có bất cứ yếu tố nào có thể tồn tại độc lập. Khi hiểu và nhận thức một cách rốt ráo về các nhân duyên này, chúng ta có thể phá vỡ chuỗi liên kết của chúng bằng cách trừ bỏ một trong các yếu tố, giống như người ta có thể tháo rời được sợi dây xích bằng cách cắt rời đi một mắt xích.

Quán xét 12 nhân duyên sẽ giúp người thực hành nhận ra được bản chất thực sự của đời sống, sự tương sinh tương khởi và giả hợp, không thường tồn. Từ đó, chúng ta nhận ra được là *không hề có một bản ngã thật sự* để ta ôm ấp, bảo vệ và xây dựng mọi yếu tố của đời sống xoay quanh đó. Nhận thức đúng thật này giúp ta xóa bỏ mọi ảo tưởng về đời sống và cắt đứt được mọi ràng buộc, đạt đến sự giải thoát. Theo cách hiểu truyền thống, người thực hành theo giáo lý *Thập nhị nhân duyên* sẽ chứng quả thành *Duyên giác Phật*, cũng còn gọi là *Bích chi Phật* hay *Độc giác Phật*.

Lục ba-la-mật, hay *Lục độ*, là sáu pháp tu tập giúp người thực hành có thể tự mình chuyển hóa tự tâm và đồng thời mang lại lợi ích cho mọi người quanh mình. Sáu pháp đó là: *bố thí, trì giới, nhẫn nhục, tinh tấn, thiền định* và *trí huệ*. Những pháp này vừa là phương thức tu tập, vừa chính là những đức tính giúp người thực hành có thể tự mình đạt đến sự giải thoát. Chẳng hạn, khi chúng ta chưa từng biết đến sự bố thí, thì việc thực hành bố thí là một *phương thức tu tập*, được thực hiện như một yêu cầu bắt buộc. Tuy nhiên, quá trình thực hành sẽ giúp cho việc bố thí dần dần trở thành một *tính chất của tự thân*, một *đức tính* giúp chúng ta hoàn thiện bản thân và tiến dần đến sự giải thoát. Tương tự, các pháp khác như *trì giới* cho đến *trí huệ* cũng đều là như vậy. Và do đó mà việc thực hành các pháp *ba-la-mật* có thể giúp *chuyển hóa được tự tâm* của mỗi chúng ta theo hướng ngày càng tốt đẹp hơn.

Nhưng việc thực hiện các pháp *ba-la-mật* cũng đồng thời làm lợi ích cho mọi người quanh ta. Chẳng hạn như khi ta thực hành *bố thí*, người nhận bố thí sẽ vơi bớt phần khó nhọc. Khi ta thực hành *nhẫn nhục*, những người chung sống với ta sẽ tránh được những xung đột không đáng có. Mỗi một pháp *ba-la-mật* đều mang lại lợi ích cho người khác như thế. Do đó, theo cách hiểu truyền thống thì sáu *ba-la-mật* là pháp tu của hàng Bồ Tát, không chỉ cầu sự giải thoát cho riêng mình (như trường hợp của các vị *Thanh văn, Duyên giác*) mà còn hướng đến sự cứu giúp, làm lợi lạc cho tất cả chúng sanh.

Như vậy, chúng ta có thể thấy rõ là khái niệm *thiên đường* không hề đồng nghĩa với *sự giải thoát* trong đạo Phật. Và cũng tương tự như thế, cách hiểu về địa ngục của đạo Phật cũng không hoàn toàn giống như các tôn giáo khác.

Nếu như *thiên giới* hay các cõi trời là nơi thác sanh của những người thực hành *Mười điều lành*, thì địa ngục chính là nơi chờ đón những ai làm ngược lại *Mười điều lành* ấy, gọi là *Mười điều ác*, chẳng hạn như là *sát sanh, trộm cắp, tà dâm*... cho đến *si mê, tà kiến*.

Như vậy, Phật dạy rằng không hề có bất cứ một đấng phán xét nào đó để đưa ra sự trừng phạt nơi địa ngục. Chỉ có những hành vi tạo tác của chúng ta quyết định điều đó. Nếu chúng ta thực hiện *Mười điều ác*, đó là chúng ta tự ký vào bản án của chính mình nơi địa ngục.

Đức Phật cũng dạy rằng, không chỉ có một *địa ngục* hay *hỏa ngục* duy nhất, mà tùy theo mức độ nặng nề của những điều ác mà chúng ta đã tạo, chúng ta sẽ có thể thác sanh vào những địa ngục khác nhau, với những sự đau đớn, khổ sở khác nhau. Trong kinh Phật có nhắc đến rất nhiều địa ngục, chẳng hạn như *địa ngục A-tỳ* (阿鼻地獄) hay cũng gọi là *địa ngục Vô gián* (無間地獄), là cảnh địa ngục mà sự hành hạ khổ não không lúc nào dừng nghỉ cả (*vô gián* có nghĩa là không gián đoạn); địa ngục *Đại nhiệt* (大熱地獄), là cảnh địa ngục với sức thiêu đốt nóng nảy đến cực kỳ; địa ngục *Đại khiếu* (大叫地

獄), địa ngục *Hiệu khiếu* (號叫地獄), địa ngục *Hắc thằng* (黑繩地獄)... và rất nhiều cảnh địa ngục khác nữa. Nói chung, tùy theo tính chất của những việc ác đã tạo mà người ta sẽ bị chiêu cảm vào những cảnh địa ngục khác nhau.

Và nếu như khi làm việc ác là chúng ta đã tự chọn lấy con đường vào địa ngục, thì cũng không ai khác có thể cứu chúng ta ra khỏi địa ngục ngoài việc tự tâm chúng ta biết thay đổi hướng về điều lành. Mỗi một niệm lành khởi lên sẽ giúp người ta rời xa dần các cảnh địa ngục, giảm nhẹ các hình phạt khổ não mà họ đang thọ nhận.

Tuy nhiên, tất cả những gì chúng ta vừa đề cập đến về *thiên đường* và *địa ngục* hay các cõi *thiên giới* cũng đều chỉ được nghe thấy qua kinh điển, sách vở... Và liệu chúng ta có thể tin chắc được vào những điều đó hay không? Một số người cho rằng đó là những khái niệm có thể tin được, nhưng lại có những người khác cho rằng không thể tin được khi không có gì chứng minh cụ thể cả. Trong những phần tiếp theo, chúng ta sẽ thử bàn đến những quan điểm, nhận thức khác nhau về vấn đề này để rồi mỗi người sau đó sẽ tự đưa ra nhận thức hay kết luận.

Đường lên thiên giới

Bản kinh số 13 trong Trường bộ kinh[1] có kể lại cuộc tranh luận giữa hai thanh niên bà-la-môn về những phương thức tu tập giúp đạt đến sự thể nhập với đấng Phạm thiên, tức là đấng sáng tạo thế giới theo niềm tin của đạo Bà-la-môn.

Hai thanh niên này là đệ tử của hai vị thầy *bà-la-môn* nổi danh. Sự tranh cãi giữa họ cho ta thấy đã có sự mâu thuẫn, không giống nhau giữa lời dạy của hai vị thầy *bà-la-môn* này cũng như nhiều bậc thầy *bà-la-môn* khác vào thời đức Phật. Tất cả đều cho rằng những gì mình nói ra mới thật sự là chân lý, còn lời dạy của những người khác đều là sai trái!

Cuộc tranh cãi đã không đi đến kết quả nào, và hai thanh niên *bà-la-môn* quyết định tìm đến hỏi ý kiến đức Phật về vấn đề trên.

Sau khi hỏi rõ về nội dung tranh luận của hai người, đức Phật đã hỏi lại cả hai rằng: "Trong số những vị *bà-la-môn* truyền dạy các phương thức tu tập để đạt đến sự thể nhập với đấng *Phạm thiên*, có ai đã tận mắt nhìn thấy *Phạm thiên* hay không?"

Câu trả lời tất nhiên là không.

Đức Phật lại hỏi tiếp: "Vậy các bậc thầy của họ nhiều đời trước đây, cho đến những vị xa xưa nhất

---

[1] Tức là kinh *Tevijjā*, hay kinh Tam minh.

đã sáng tác những câu thần chú của đạo *Bà-la-môn* mà đến nay vẫn còn truyền tụng, liệu có ai đã tận mắt nhìn thấy *Phạm thiên* hay không?"

Câu trả lời vẫn là không.

Đức Phật lại hỏi tiếp: "Nếu tất cả bọn họ đều chưa từng nhìn thấy *Phạm thiên*, cũng không biết đấng *Phạm thiên* ở đâu, từ đâu đến và sẽ đi về đâu, thì liệu những lời dạy của họ về những phương thức để đạt đến sự thể nhập với *Phạm thiên* có thể là chính xác và hợp lý hay không?"

Câu trả lời tất nhiên là không. Và đến đây thì hai thanh niên đã nhận ra được tính chất vô lý trong lời dạy của các vị *bà-la-môn*. Đức Phật kết luận: "Những người không thấy, không biết về một vấn đề, lại chỉ dạy cho người khác về vấn đề ấy, có khác nào như một chuỗi người mù ôm lưng nhau. Người đi trước không thấy, người đi giữa không thấy, người đi cuối cùng cũng không thấy. Như vậy dựa vào đâu để có thể đi đúng đường? Những lời dạy như thế chỉ có thể là những lời hoàn toàn vô lý và đáng chê cười."

Sau đó, đức Phật giảng giải về sự tai hại của *năm món dục lạc* (ngũ dục) trong đời sống của người tu tập. Đó là, *mắt chạy theo hình sắc*, say đắm trong sự khoái lạc do những hình sắc đẹp đẽ mang lại; *tai chạy theo âm thanh*, say đắm trong sự khoái lạc do những âm thanh êm dịu mang lại; *mũi chạy theo mùi ngửi*, say đắm trong sự khoái lạc do những mùi hương thơm mang lại; *lưỡi chạy theo vị nếm*, say đắm trong sự khoái lạc do những vị ngon ngọt mang lại; và *thân chạy theo sự xúc chạm*, say đắm trong sự khoái lạc do những xúc chạm êm ái, dễ chịu mang lại.

Khi người ta sống buông thả theo năm sự khoái lạc do các giác quan mang lại, thì lòng tham lam và dục lạc sẽ được nuôi dưỡng ngày càng tăng trưởng.

Qua đó, đức Phật cũng chỉ rõ là nếu các vị *bà-la-môn* không hề biết tu tập, kiềm chế *ngũ dục* trong đời sống của họ, thì họ chỉ có thể bị mê đắm, trói buộc chứ không thể đạt đến sự giải thoát, tự tại.

Rồi đức Phật tiếp tục nói về những đức tính của đấng *Phạm thiên* theo như sự mô tả trong chính kinh điển của đạo *Bà-la-môn*. Theo đó, đấng Phạm thiên đạt được sự tự tại và không có các tâm dục ái, sân, hận, ô nhiễm. Và ngài chỉ rõ, nếu như các vị *bà-la-môn* không đạt được sự tự tại, vẫn còn mang các tâm dục ái, sân, hận, ô nhiễm, các vị ấy tất yếu là không thể đạt đến sự thể nhập hay chung sống với đấng *Phạm thiên*.

Qua bản kinh vừa dẫn trên, chúng ta có thể thấy được một phương pháp biện luận hết sức khoa học mà đức Phật đã vận dụng để chỉ rõ và thuyết phục hai thanh niên *bà-la-môn* nhận ra con đường sai lầm mà họ đang theo đuổi. Phần cuối bản kinh cho biết hai thanh niên này ngay trong ngày hôm đó đã quy y Tam bảo và thề trọn đời tu tập theo Chánh pháp.

Trong cuộc biện luận, tất cả những kết luận đều được rút ra từ chính những câu trả lời của hai thanh niên *bà-la-môn*. Hay nói cách khác, thay vì tự mình đưa ra những phán đoán đúng sai về sự việc, đức Phật chỉ làm công việc dẫn dắt và gợi ý đúng hướng, để cho cả hai dần dần tự nhận ra và hiểu được vấn đề. Vì thế, việc sau đó họ đặt niềm tin hoàn toàn vào đức Phật cũng là điều dễ hiểu.

Ngày nay cũng có không ít người đặt niềm tin vào một cõi *thiên đường* nhưng lại chưa từng đặt ra câu hỏi là *những cư dân trên thiên đường ấy - nếu có - là những người thế nào?* Vấn đề mà họ biết được về thiên đường của mình thường chỉ đơn giản được giới hạn trong những chi tiết mô tả tốt đẹp, hoàn hảo về đời sống nơi đó. Nhưng xuất xứ của những mô tả đó thường rất ít khi được quan tâm đến.

Nếu như chúng ta hình dung một cõi thiên đường là nơi quy tụ của tất cả những người suốt đời làm lành lánh dữ, câu hỏi tiếp theo được đặt ra sẽ là: liệu chúng ta đã có đủ những phẩm chất, đức tính để sống chung với những con người như thế hay chưa? Và nếu mỗi chúng ta đều có thể trả lời câu hỏi này theo hướng tích cực, thì điều chắc chắn là ngay từ hôm nay xã hội quanh ta đã có thể chuyển biến theo hướng ngày càng hoàn thiện, và thiên đường cũng không còn là một cảnh giới xa xôi nữa, mà sẽ dần dần trở nên rất hiện thực quanh ta!

Sự trói buộc của luyến ái

Câu chuyện sau đây được trích từ Tiểu bộ kinh trong Kinh tạng nguyên thủy có thể sẽ giúp chúng ta có một ý niệm rõ rệt hơn về việc tái sinh lên các cõi trời.

Thuở xưa, ở thành Vương Xá có một người phú ông cực kỳ giàu có, nhưng chỉ có một người con trai duy nhất. Cậu trai này tính tình dễ mến và hình dung rất tuấn tú, khôi ngô. Cha mẹ cậu hết sức thương yêu, nuông chiều và không muốn cho cậu phải khó nhọc về bất cứ điều gì.

Vì thế, họ suy nghĩ rằng: "Việc học hành, cho dù là học chữ nghĩa hay nghề nghiệp cũng đều phải bỏ công nhọc nhằn. Muốn học cho đến khi thành tài phải mất rất nhiều thời gian và công sức. Nhưng chung quy cũng chỉ là để có được một nghề nghiệp sinh sống mà thôi. Nay vợ chồng ta giàu có, vàng bạc của cải không kể xiết, cho dù con ta có ngồi không mà ăn suốt đời cũng không thể hết được, vậy không cần phải cho nó học hành khó nhọc làm gì."

Và vì thế, mãi cho đến khi cậu con trai đã đến tuổi trưởng thành, họ vẫn chưa cho cậu ta học hành gì cả, chỉ biết suốt ngày ăn chơi hưởng thụ mà thôi!

Năm cậu mười sáu tuổi, họ cưới cho cậu một cô vợ đẹp. Nhưng thật không may, cô này không phải là người khôn ngoan đức hạnh. Vì thế, đôi vợ chồng trẻ cùng đắm say trong dục lạc, ngày ngày hưởng thụ đủ các trò vui chơi thỏa thích.

Chẳng bao lâu, cả hai vợ chồng người phú ông lần lượt qua đời. Cậu con trai ấy đã quen với lối sống ăn chơi phung phí, vẫn tiếp tục ném tiền qua cửa sổ với những cuộc vui bất tận cùng những cô vũ nữ, ca nhi, những buổi trà rượu...

Vì thế, không đúng như dự đoán của hai vợ chồng phú ông là cậu sẽ *"ngồi không mà ăn suốt đời"*. Ngược lại, cậu đã làm tiêu tán cả sản nghiệp to lớn của cha mẹ chỉ trong một thời gian rất ngắn!

Thế là cậu trở nên nghèo khó. Và vì chẳng có nghề nghiệp gì trong tay, nên cậu chỉ còn một cách duy nhất để xoay xở cuộc sống là tìm đến những người quen biết cũ để vay nợ. Nhưng rồi cũng không ai có thể cho cậu vay nợ mãi khi cậu thật sự chẳng làm ra được gì để có thể sinh sống qua ngày, đừng nói là có thể dành dụm được tiền trả nợ. Rồi các chủ nợ dần dần không còn đủ kiên nhẫn để chờ đợi nữa, họ chia nhau những tài sản mà cậu còn giữ được như nhà cửa, ruộng vườn cũng như tất cả những đồ đạc còn lại trong nhà.

Thế là cậu con trai cưng của vị phú ông giàu có nhất thành Vương Xá giờ đây trở thành một kẻ hành khất không nhà, phải sống lang thang lây lất trong thành phố.

Rồi một hôm, có một tên trộm chuyên nghiệp gặp cậu trên đường phố. Thấy cậu có sức khỏe và ra vẻ thật thà, chơn chất, tên này nghĩ là có thể lợi dụng được nên bảo cậu: "Này chú em, cuộc sống của chú thật là khốn khổ, đáng thương xót lắm. Ta không có gì để giúp chú, nhưng nếu chú chịu đi theo ta, cùng làm công việc với ta, chú sẽ có thể kiếm được đủ tiền để sống thoải mái."

Trong bước đường cùng, và vốn là người không từng trải việc đời, cậu không chút nghi ngờ liền đồng ý đi theo tên trộm.

Đêm hôm đó, bọn trộm tổ chức một vụ trộm lớn. Chúng đưa cho cậu một cây gậy và bố trí cậu đứng canh bên ngoài trong khi chúng lẻn vào nhà một người giàu có để khuân dọn đồ đạc. Chúng dặn cậu: "Nếu có ai từ bên ngoài muốn vào nhà, hãy chặn lại và đánh chết đi."

Đã ở vào hoàn cảnh không còn thối lui được nữa, cậu đành nhận lấy cây gậy và đứng đó chờ trong khi cả bọn lẻn vào nhà và thực hiện việc lấy trộm.

Thật không may là có người trong nhà thức giấc và phát giác ra bọn trộm. Thế là họ đốt đèn đuốc lên và cùng nhau đuổi đánh. Vốn đã quen thuộc trong nghề, bọn trộm nhanh chóng biến mất theo nhiều ngả, trong khi cậu trai khờ khạo kia vẫn còn cầm cây gậy đứng đó để... chặn đường. Thế là cậu bị đám người nhà kia đánh cho một trận và bắt giải lên nhà vua với lời cáo buộc là cậu đã bị bắt quả tang trong lúc vào trộm nhà họ, có mang theo vũ khí là một cây gậy lớn.

Sự việc đã rõ ràng, vua ra lệnh xử tên trộm này tội chết. Thế là cậu bị đưa đi giam vào ngục, rồi sau đó đưa đến nơi hành hình. Quân lính dùng roi quất vào người cậu trên đường đi, trong khi có một tốp người mang trống đi theo, vừa đánh trống để gợi sự chú ý của mọi người, vừa rao lớn: "Đây là tên trộm có vũ khí bị bắt quả tang. Đức vua đã xử tội chết để răn đe những tên trộm khác."

Bấy giờ có người kỹ nữ đẹp nhất trong thành tên là *Sulasā*, nghe tiếng trống và tiếng đám đông ồn ào huyên náo ngoài đường phố nên ghé ra bên cửa sổ để xem. Chợt nàng nhận ra cậu con trai của phú ông giàu có trước đây, bởi lúc trước khi còn giàu có ăn chơi phung phí, hầu như ngày nào cậu cũng cho nàng rất nhiều tiền và cả hai đã từng có nhiều cuộc vui đáng nhớ. Người kỹ nữ chợt động lòng nhớ lại tình xưa, lấy làm thương xót cho chàng trai xấu số, liền nhờ người gửi đến cho tử tội một bữa ăn ngon và nước uống. Nàng lại mang tiền đến cho bọn lính canh và cầu xin chúng hãy để cho tử tội được thong thả dùng xong bữa ăn cuối cùng trước khi bị hành hình.

Cùng lúc ấy, ngài *Mục-kiền-liên*, một vị đại đệ tử của đức Phật cũng đang ở trong thành Vương Xá. Ngài dùng thiên nhãn quán sát thấy tình cảnh nguy khốn của người tử tù sắp chết, cũng như hiểu thấu được câu chuyện của người này. Động lòng từ bi thương xót, ngài liền suy nghĩ: "Người này xưa nay tuy chưa tạo các ác nghiệp, nhưng cũng chưa hề làm được việc thiện nào. Vì thế, anh ta không thể tái sinh về những cảnh giới tốt đẹp. Nay ta nên tạo điều kiện giúp cho anh ta khởi nên một niệm lành, làm được một điều lành trước khi chết. Như vậy, anh ta sẽ có thể tái sinh về thiên giới."

Nghĩ vậy rồi, ngài *Mục-kiền-liên* liền hiện ra phía trước tội nhân ngay vào lúc người ta mang thức ăn đến cho chàng và nói cho chàng biết đó là của nàng *Sulasā* gửi tặng. Khi ấy, chàng trai nhìn thấy một vị tu sĩ hình dáng uy nghiêm khả kính hiện ra từ xa, bỗng thấy trong lòng phát sinh một niềm vui kính nhẹ nhàng khó tả. Chàng liền suy nghĩ: "Ta đã sắp chết rồi, bữa ăn này liệu có ích gì? Chi bằng ta nên cúng dường cho vị tu sĩ kia để may ra có được chút phước lành."

Nghĩ sao làm vậy, cậu liền nhờ những người lính canh mang thức ăn và nước uống đến cúng dường cho vị tu sĩ đó. Ngài *Mục-kiền-liên* nhận biết rằng sự đau khổ của chàng trai nhờ khởi tâm cúng dường nên đã trở thành hoan hỷ, ngài liền ngồi xuống thọ nhận bữa ăn và hồi hướng chú nguyện cho chàng rồi ra đi.

Chàng trai sau đó bị hành hình. Trước khi chết, nhờ tâm thành tín đối với Trưởng lão *Mục-kiền-liên* cũng như việc cúng dường bữa ăn cho một bậc *A-la-hán*, nên chàng có đủ phước đức để tái sinh lên thiên giới. Tuy nhiên, cũng ngay trước khi chết, tâm hồn chàng xúc động khi nghĩ đến nàng *Sulasā* và mối chân tình của nàng đối với chàng khi sắp chết, một niềm luyến ái sinh khởi mạnh mẽ, và do sự trói buộc này nên chàng không thể tái sinh về thiên giới. Thay vào đó, chàng tái sinh làm một vị thần cây trong khu rừng bên ngoài thành Vương Xá và vẫn ôm ấp ý tưởng sẽ được gặp lại nàng *Sulasā*...

Câu chuyện trên cho ta thấy tác động quan trọng của tâm niệm con người ngay trước khi chết, bởi vì điều này có thể góp phần quyết định vào việc tâm thức sẽ tái sinh vào cảnh giới nào ngay trong đời sống tiếp theo đó. Thuật ngữ Phật giáo gọi đây là "*cận tử nghiệp*",[1] và chúng ta hy vọng sẽ có thể trở lại vấn đề này vào một dịp khác.

---

[1] Để tìm hiểu rõ hơn về vấn đề này, quý độc giả có thể tìm đọc sách "Người Tây Tạng nghĩ về cái chết" - Nguyễn Minh Tiến dịch, Nxb Văn hóa Thông tin.

Những tâm hồn trĩu nặng

Trong cuộc sống, trạng thái tâm hồn chúng ta thường xuyên thay đổi, phần lớn là tùy thuộc vào tính chất của những gì xảy đến với ta và cảm nhận của bản thân ta đối với những sự việc ấy. Khi gặp những diễn tiến thuận lợi, những cảm nhận êm ái, thích thú, tâm hồn ta thấy vui vẻ, sảng khoái, và những lúc ấy ta trải qua một trạng thái tâm hồn thường là nhẹ nhàng, thanh thản. Ngược lại, khi gặp phải những điều trở ngại, bất lợi, những cảm nhận bực dọc, khó chịu, tâm hồn ta thường trải qua một trạng thái nặng nề, trầm uất...

Nhưng đó chỉ là nói qua một vài khía cạnh nổi bật nhất. Sự thật thì mỗi người chúng ta nếu tĩnh tâm suy xét lại, tự phân tích những trạng thái tâm hồn mà mình đã trải qua, đều có thể thấy được vô số những dị biệt, vô số những cảm nhận khác nhau, thậm chí có thể nói là không sao kể ra hết được. Đôi khi chúng ta còn có cả những trạng thái xen lẫn như nửa buồn nửa vui hoặc vừa mừng vừa sợ... Nói cách khác, vấn đề vô cùng phức tạp và hầu như hoàn toàn không thể phân tích theo phương pháp liệt kê của toán học hay phân loại cụ thể theo khoa học...

Tuy nhiên, trong sự rối rắm phức tạp vô cùng đó, chúng ta có thể dễ dàng nhận thấy nổi bật lên hai khuynh hướng chính trái ngược nhau. Một số trạng thái tâm hồn có thể được mô tả là nhẹ nhàng, thanh thản, tất nhiên là với những mức độ khác nhau, và một số trạng thái ngược lại có thể mô tả như là nặng nề, trầm uất, cũng với những mức độ khác nhau. Khi hai khuynh hướng này đồng thời xuất hiện, chúng sẽ tác dụng theo nguyên tắc *"mạnh được, yếu thua"*, nghĩa là khuynh hướng nào mạnh hơn sẽ đẩy tâm hồn ta đi về phía tương ứng của nó, hoặc là nhẹ nhàng thanh thản, hoặc là nặng nề trầm uất...

Hai khái niệm *"nhẹ"* và *"nặng"* được dùng ở đây tất nhiên là với nghĩa trừu tượng của chúng, nhưng điều đó không có nghĩa là không liên quan đến nghĩa đen của từ. Nếu ta nhớ lại những trạng thái tâm hồn mà bản thân mình đã từng trải qua, ta sẽ có thể thấy rằng việc sử dụng hai khái niệm này để mô tả các trạng thái của tâm hồn là vô cùng chính xác.

Khi tâm hồn ta thực sự nhẹ nhàng, thanh thản, có khi ta cảm thấy bản thân mình cũng như tất cả mọi sự vật quanh ta đều nhẹ nhàng đến mức dường như có thể dễ dàng bay bổng lên, nhảy múa trong niềm hân hoan hay sự sảng khoái mà ta đang cảm nhận. Mỗi một hành vi, cử chỉ của ta trong lúc ấy đều có thể nhẹ nhàng, linh hoạt và được thực hiện một cách dễ dàng, như thể trọng lượng cơ thể ta đã thật sự *"nhẹ"* đi rất nhiều...

Ngược lại, khi tâm hồn ta chìm sâu trong sự nặng nề, trầm uất, ta cảm thấy bản thân mình cũng như mọi thứ chung quanh đều nặng nề, chậm chạp. Trong tâm trạng đó, ta cảm thấy ngay cả những cử động thông thường như nhấc tay, đưa chân... cũng đều nặng nề, khó khăn hơn, như thể là trọng lượng thân thể đã "*nặng*" thêm rất nhiều...

Và thực ra thì sự *nặng, nhẹ* của những trạng thái tâm hồn như thế đã thay nhau chi phối cuộc sống của chúng ta. Và trong một chừng mực nào đó, chúng tác động đến tình cảm, cung cách ứng xử cũng như quan điểm của ta về đời sống.

Khi tâm hồn ta nhẹ nhàng, thanh thản, ta dễ có khuynh hướng giúp đỡ, tha thứ cho những lỗi lầm của người khác, kể cả những lầm lỗi của chính bản thân mình, cũng như luôn nhìn đời một cách lạc quan, tích cực.

Ngược lại, khi tâm hồn ta rơi vào trạng thái nặng nề, trầm uất, ta dễ có khuynh hướng vị kỷ, né tránh người khác, dễ cáu gắt, bực dọc và luôn cố chấp đối với những lỗi lầm của người khác cũng như của chính bản thân mình. Trong tâm trạng đó, cuộc sống quanh ta thường luôn bao phủ trong một lớp sương mù xám xịt, u ám và mang đầy màu sắc bi quan, ảm đạm.

Đến đây, có lẽ bạn đọc đã có thể dễ dàng hình dung được mối tương quan giữa những khái niệm trừu tượng của hai từ *nặng, nhẹ* khi được dùng để mô tả tinh thần với nghĩa đen của chúng khi được dùng để biểu thị những tính chất cụ thể của sự vật. Và câu hỏi đặt ra lúc này là: Liệu có thể chỉ ra được những tâm trạng nặng nề và nguyên nhân sinh khởi của chúng hay chăng?

Câu trả lời là có, và hầu như tất cả mọi người đều có thể đưa ra. Chỉ cần có một sự xem xét khách quan những diễn biến trong nội tâm cũng như một chút so sánh và suy luận là có thể thấy được ngay mối tương quan giữa những gì xảy đến cho chúng ta trong cuộc sống với những tâm trạng nặng nề mà ta phải gánh chịu.

Tuy nhiên, việc *phân tích và hệ thống* được tất cả các nguyên nhân làm cho tâm hồn ta trở nên nặng nề lại không phải là chuyện dễ dàng, bởi tính chất phức tạp và đa dạng của vấn đề. Mặc dù vậy, với trí tuệ siêu việt của mình, cách đây hơn 25 thế kỷ, đức Phật đã từng làm điều đó và đưa ra những lời dạy rất cụ thể về các nguyên nhân này.

Trong rất nhiều kinh điển, Phật dạy rằng có năm nhóm nguyên nhân làm cho tâm hồn ta u ám, nặng nề, mất đi sự sáng suốt. Và vì chúng che mờ đi sự sáng suốt của tâm trí, nên được gọi chung là *ngũ cái* (五蓋). Chữ *cái* (蓋) có nghĩa là *ngăn che, làm khuất lấp*, nên *ngũ cái* tức là năm sự *ngăn che, làm khuất lấp*. Và *làm khuất lấp* ở đây được hiểu là làm khuất lấp đi sự sáng suốt của tâm hồn.

Nhóm nguyên nhân thứ nhất được kể ra ở đây là *sự tham lam*.[1] Khi trong lòng ta ôm ấp sự thèm muốn, khao khát về một đối tượng nào đó, sự khao khát làm cho tâm hồn ta luôn ở trong một trạng thái không thanh thản. Sức mạnh của lòng tham

---

[1] *Tham dục cái* (貪欲蓋): sự ngăn che, bao phủ của lòng tham dục.

lam buộc ta phải luôn hướng về đối tượng, chìm đắm trong những ý tưởng - nhiều khi là vô nghĩa - về đối tượng đó, và trí óc thì không ngừng hoạt động để tìm ra phương cách chiếm hữu, đạt được đối tượng.

Bởi vì có vô số đối tượng của lòng tham, nên cũng có vô số các trường hợp khác nhau, với những mức độ chi phối khác nhau đến tâm hồn chúng ta. Tuy nhiên, khuynh hướng chung là sự tham lam luôn làm cho tâm hồn ta trở nên nặng nề, mất đi sự sáng suốt và không một lúc nào được nghỉ ngơi thanh thản. Vì thế, người ta thường so sánh tác hại của lòng tham lam như một ngọn lửa vô hình, thiêu đốt tâm hồn chúng ta ngay từ lúc bắt đầu sinh khởi, và sẽ không bao giờ dừng lại cho đến khi nào ta có thể nhận ra và diệt trừ được nó.

Nói chung, lòng tham lam ở mức độ nhỏ nhoi, tầm thường sẽ gây ra những tác hại nhỏ nhoi, tầm thường. Chẳng hạn như khi ta mong muốn có được một đôi dép mới, một cái cà-vạt hay một chiếc nón hợp thời trang... Có thể bạn thấy ngại khi dùng cụm từ *"lòng tham"* trong những trường hợp này, bởi có vẻ như đây là những sự việc quá nhỏ nhoi, tầm thường, và bạn khó lòng nhận ra được cái gọi là *"tác hại"* của chúng. Tuy nhiên, nếu phân tích kỹ bạn sẽ thấy rằng sự mong muốn đó của bạn quả thật không phải gì khác hơn là một mức độ thấp của lòng tham lam, và do đó mà không thể không có những tác hại nhất định cho tâm hồn bạn. Những tác hại ấy được biểu hiện ở việc chúng chiếm chỗ thường xuyên trong ý nghĩ của bạn, thôi thúc bạn hành động theo hướng để đạt được sự mong muốn đó, và cuối cùng, nếu như một hoàn cảnh không thuận lợi nào đó xảy ra làm cho bạn không thể thỏa mãn sự mong muốn - dù là nhỏ nhoi - đó, bạn sẽ thấy trong lòng không vui, thậm chí có thể là bực dọc.

Mặt khác, giá trị vật chất của đối tượng đôi khi cũng không phải là yếu tố duy nhất quyết định lòng tham lam của bạn là "*lớn*" hay "*nhỏ*". Đôi khi người ta có thể theo đuổi những sự vật rất tầm thường với một niềm khao khát mãnh liệt, và đôi khi sự mong muốn đối với những giá trị vật chất lớn lao lại cũng có thể chỉ ở mức bình thường. Vì thế, tác hại của lòng tham đến mức độ nào là do nơi cường độ của nó trong tâm hồn chúng ta, chứ không thể đánh giá qua giá trị vật chất của đối tượng được theo đuổi.

Một giải thưởng văn chương với trị giá chỉ bằng một vài tháng lương, nhưng có thể là mục tiêu theo đuổi của bạn trong nhiều năm. Bởi vì kèm theo cái giá trị vật chất nhỏ nhoi đó lại là một danh vọng lớn lao mà bạn khao khát, và bạn luôn nghĩ rằng những nỗ lực, cố gắng của bản thân có thể giúp bạn đạt được điều đó. Mỗi khi giải thưởng được công bố và bạn không có tên trong danh sách đoạt giải, một nỗi buồn lớn lao có thể xâm chiếm tâm hồn bạn suốt nhiều ngày sau đó.

Ngược lại, sự mong muốn đối với một giải trúng khuyến mãi hàng trăm triệu đồng khi bạn mua một món hàng lại là rất nhỏ nhoi, và bạn có thể dễ dàng quên đi ngay sau khi mở gói hàng và thấy rằng mình là người không trúng giải...

Có thể nói tóm lại một điều là, lòng tham lam là một trong các nguyên nhân gây khổ não cho tâm hồn bạn. Lòng tham càng mãnh liệt thì khổ não càng lớn lao, bạn càng bị nhấn chìm vào những tâm trạng nặng nề hơn trong cuộc sống. Trong thực tế, bạn có thể nhận biết quanh mình không ít những con người đang bị lửa tham thiêu đốt và có những hành vi ứng xử hoàn toàn thiếu sáng suốt. Sự thực là những người ấy luôn sống trong những tâm trạng nặng nề, u uất và không ai có thể cứu thoát họ ra khỏi đó ngoài những nỗ lực hướng thiện của chính họ.

Nhóm nguyên nhân thứ hai làm cho tâm hồn ta trĩu nặng chính là *sự sân hận*.[1] Nói theo một cách dễ hiểu hơn, đó là sự tức giận đối với những điều không vừa ý. Và ở mức độ nặng nề hơn thì sự tức giận đó trở thành sự oán hận, căm ghét đối tượng.

Vì sao chúng ta tức giận? Có vô số nguyên nhân khác nhau, nhưng có thể nói một cách khái quát nhất là vì chúng ta không được hài lòng, vì sự việc đã không diễn ra theo ý chúng ta, hoặc khi ai đó không làm đúng theo như ta mong muốn.

Như vậy, nói một cách khác thì sân hận là kết quả gây ra do sự trái ý. Nếu mọi sự việc đều diễn ra theo ý chúng ta, nếu mọi người đều làm theo đúng ý ta, ta sẽ không tức giận. Và vì không tức giận nên cũng không thể có sự oán hận hay căm ghét.

---

[1] *Sân khuể cái* (瞋恚蓋): sự ngăn che, bao phủ của sân hận.

Nhưng một cuộc sống mà trong đó không có bất cứ điều gì trái ý chúng ta, không có bất cứ ai làm trái ý ta, lại là điều mà chúng ta không sao có thể hình dung ra được!

Vì thế, sự thật là hầu hết chúng ta đều đã từng trải qua trạng thái tức giận ở những mức độ khác nhau. Tùy theo mức độ của sự trái ý mà chúng ta có thể nổi giận với những *"cường độ"* khác nhau. Và cũng giống như *lửa tham*, ngọn *lửa sân hận* cũng sẽ không ngừng thiêu đốt chúng ta ngay từ khi nó vừa sinh khởi.

Vì nguyên nhân của sân hận là sự trái ý, nên vấn đề *"hợp lý"* hay *"bất hợp lý"* thường ít khi được nhắc đến. Khi một người nổi giận, chúng ta rất hiếm khi có thể thành công trong việc thuyết phục anh ta về những gì là *hợp lý* hay *không hợp lý* trong sự nổi giận của anh ta. Điều duy nhất có thể làm được thường là phải chờ cho *cơn giận* qua đi, trước khi anh ta có thể chấp nhận lắng nghe người khác hoặc tự mình nhận ra những sai trái.

Một học sinh tốt nghiệp phổ thông và chọn thi vào ngành y, không có gì sai trái và không thể bị buộc tội vì quyết định của mình. Nhưng quyết định đó của em lại có thể là nguyên nhân gây ra cơn giận khủng khiếp ở người cha, chỉ vì từ lâu ông ta luôn mong muốn rằng em sẽ học để trở thành một thầy giáo! Người cha có thể hoàn toàn vô lý trong việc này, nhưng sự vô lý đó sẽ không bao giờ có thể được nhận ra khi ông ta đang giận! Và sự thật là khi sự trái ý của đứa con làm cho ông ta nổi giận, thì đối với ông ta, việc nổi giận đó lại chính là phản ứng *"hợp lý"* nhất. Khi một đứa con làm trái ý mình, nếu người cha không nổi giận, đó mới là chuyện hoàn toàn *"vô lý"*!

Vì chúng ta thường xuyên gặp phải những điều trái ý trong cuộc sống, nên khả năng *"nổi giận"* là rất thường gặp. Nếu mức độ *"trái ý"* là nhỏ nhặt, chúng ta thường chỉ khởi lên sự bực tức hay khó chịu ở mức độ khó nhận ra. Tuy nhiên, vì những bực tức hay khó chịu này là hoàn toàn có thật, nên chúng vẫn gây ra cho tâm hồn ta những tác hại nhất định. Điều này dễ dàng nhận ra nhất là khi chúng được tích lũy lại ở một mức độ *"đậm đặc"* đủ để làm thay đổi tâm trạng của chúng ta. Bạn đã từng trải qua một trường hợp tương tự như vậy hay chưa? Đó là khi mà trong cùng một ngày bạn liên tiếp gặp phải những chuyện *"trái ý"* nhỏ nhặt. Mỗi sự việc ấy không đủ để làm cho bạn nổi giận, nhưng vì có quá nhiều sự việc như thế, nên sự bực tức của bạn sẽ tích lũy và dồn nén lại cho đến khi bộc phát ra – có thể là vào cuối ngày – bởi một nguyên nhân cuối cùng nào đó. Vì thế, nếu chỉ xét riêng nguyên nhân cuối cùng này, chúng ta sẽ thấy rằng *"cơn giận"* ấy là hoàn toàn vô lý.

Nói tóm lại, lòng sân hận là nguyên nhân thứ hai trong các nhóm nguyên nhân gây ra trạng thái nặng nề, trầm uất cho tâm hồn chúng ta. Với mức độ nặng nề, những cơn giận có thể đốt cháy hoàn toàn mọi khả năng phán xét của lý trí cũng như sự nhẹ nhàng thanh thản của tâm hồn. Vì thế, chúng góp phần trong việc giam hãm, trói buộc tâm hồn chúng ta, và chính bằng cách này, chúng tạo ra những tâm trạng nặng nề, trầm uất.

Nhóm nguyên nhân thứ ba được đề cập đến ở đây là trạng thái mê ngủ hay mỏi mệt của cơ thể.[1] Bởi vì mối quan hệ giữa tinh thần và thể xác là không phủ nhận được, nên một khi thể xác rơi vào tình trạng nặng nề, uể oải thì tất yếu tinh thần cũng sẽ nặng nề, trầm uất. Ngược lại, một thân thể khỏe mạnh, linh hoạt chắc chắn dễ dàng hơn trong việc tạo ra một trạng thái sảng khoái, hưng phấn cho tâm hồn.

Vấn đề cần nói thêm ở đây là, chúng ta rơi vào trạng thái mê ngủ hay mỏi mệt không phải bao giờ cũng do sự hoạt động quá sức của cơ thể. Những trường hợp thiếu sự nghỉ ngơi thỏa đáng để dẫn đến trạng thái này chỉ là tạm thời, vì bạn sẽ thay đổi theo hướng tốt hơn ngay sau khi được nghỉ ngơi đầy đủ. Tuy nhiên, trong một số trường hợp nguy hiểm hơn, trạng thái mê ngủ hoặc uể oải, kém năng động lại là dấu hiệu của sự lười nhác, ít hoạt động. Và đây mới chính là điều mà chúng ta cần quan tâm phân tích.

Nếu bạn sống một nếp sống thụ động, không có những mục tiêu phấn đấu cụ thể để vươn tới, và thiếu một sự rèn luyện nghiêm túc về tinh thần cũng như thể lực, bạn sẽ có rất nhiều nguy cơ rơi

---

[1] *Thụy miên cái* (睡眠蓋): sự ngăn che, bao phủ của mê ngủ, mỏi mệt.

vào tình trạng vừa nói trên. Trong trường hợp đó, bạn sẽ thường xuyên bị cảm giác mệt mỏi, uể oải chi phối, lúc nào cũng muốn rơi vào giấc ngủ, ngay cả khi bạn không làm gì quá sức và cũng đã được ngủ nghỉ rất nhiều. Một con người như thế sẽ sống trong tâm trạng nặng nề, trầm uất gần như thường xuyên, và sự nghỉ ngơi không bao giờ có thể là giải pháp để cứu họ ra khỏi trạng thái ấy!

Ngược lại, giải pháp cho vấn đề phải là một sự nỗ lực thay đổi nếp sống. Chúng ta cần có những mục tiêu phấn đấu cụ thể trong cuộc sống để kích thích năng lực làm việc, và cần hoạt động trí óc nhiều hơn để vượt qua chứng bệnh *"mê ngủ"* đang mắc phải.

Nói tóm lại, trạng thái mê ngủ hay mệt mỏi, uể oải là nhóm nguyên nhân thứ ba gây ra sự nặng nề, trầm uất cho tâm hồn chúng ta. Trạng thái này có thể là tạm thời, do sự làm việc quá sức và thiếu nghỉ ngơi, nhưng cũng có thể là một kiểu *"bệnh tật"* do nếp sống không lành mạnh mang lại. Dù là trong trường hợp nào, thì việc ngăn không để thể xác rơi vào sự mê ngủ và mệt mỏi, uể oải cũng đều sẽ giúp chúng ta tránh được sự nặng nề, trầm uất cho tâm hồn.

Nhóm nguyên nhân thứ tư là tâm trạng bất an và hối tiếc.[1] Chúng ta thường rơi vào những tâm trạng như thế này sau khi thực hiện một sự việc nào đó và rồi không hài lòng với sự việc ấy. Hai tâm trạng bất an và hối tiếc thường xuất hiện đồng thời,

---

[1] *Trạo hối cái* (掉悔蓋): sự ngăn che, bao phủ của tâm trạng bất an và hối tiếc.

bởi vì khi chúng ta không hài lòng với cách thực hiện công việc của chính mình thì kèm theo đó chúng ta cũng sẽ có sự lo lắng về một kết quả không hay mà việc làm đó rất có thể mang đến.

Một ví dụ cụ thể sẽ cho chúng ta thấy rõ hơn vấn đề này. Chẳng hạn như, trong một lúc bực tức bạn đã quá lời xúc phạm cấp trên của mình. Sau đó, bạn suy nghĩ lại và nhận ra được sai lầm, vì thế mà bạn cảm thấy *hối tiếc* về việc đã làm. Nhưng cũng đồng thời với sự hối tiếc này, bạn sẽ nảy sinh một tâm trạng *bất an* khi nghĩ đến những hậu quả có thể có do việc làm sai trái đó. Cả hai tâm trạng này - *sự hối tiếc và bất an* - sẽ kết hợp với nhau để cùng lúc gây tác hại, nhấn chìm bạn vào một trạng thái tâm hồn nặng nề, trầm uất.

Nhóm nguyên nhân cuối cùng được đề cập đến ở đây là tâm trạng nghi ngờ, phân vân không quyết định.[1] Đó là khi bạn phải đối mặt với hai hay nhiều khả năng chọn lựa và không đủ phán đoán để đưa ra một quyết định dứt khoát. Vì tâm trí bị giằng co giữa hai hay nhiều chiều hướng khác nhau nên bạn không thể có được sự thanh thản, nhẹ nhàng, mà ngược lại sẽ rơi vào trạng thái nặng nề, trầm uất.

Sự nghi ngờ thường phát sinh khi bạn không có đủ hiểu biết hoặc niềm tin vào đối tượng. Nhưng mặt khác, đây cũng là một biểu hiện của thói quen do dự, thiếu tự quyết, thường xuyên ỷ lại vào người khác.

---

[1] *Nghi pháp cái* (疑法蓋): sự ngăn che, bao phủ của tâm trạng nghi ngờ đối với các pháp.

Nếu như sự cân nhắc nhiều khả năng khác nhau của vấn đề trước khi đi đến quyết định cuối cùng là điều rất cần thiết để hạn chế sai lầm, thì sự do dự không quyết định vào đúng thời điểm cần thiết lại là một trong các nguyên nhân dẫn đến thất bại. Hơn thế nữa, nếu điều này đã lặp lại nhiều lần đủ để hình thành một thói quen nơi bạn, nó sẽ trở thành một trong những nguyên nhân làm cho tâm hồn bạn trĩu nặng, rơi vào những trạng thái thiếu sáng suốt, nặng nề, trầm uất.

Năm nhóm nguyên nhân vừa kể trên có thể nói là bao quát hết thảy những nguyên nhân gây ra tâm trạng nặng nề cho tâm hồn chúng ta. Nếu có thể trừ bỏ được hết thảy các nguyên nhân này, điều tất nhiên là chúng ta sẽ có được một tâm hồn luôn nhẹ nhàng, thanh thản và sáng suốt. Vì thế, sự sáng suốt của tâm hồn chúng ta thực ra không phải là yếu tố có được từ bên ngoài, mà *chỉ cần loại trừ được tất cả những yếu tố ngăn che, bao phủ thì sự sáng suốt ấy sẽ tự nhiên hiển lộ.*[1]

---

[1] *Tâm địa nhược không, tuệ nhật tự chiếu* (心地若空, 慧日自照): Nếu trong lòng trống trải không bị ngăn che thì mặt trời trí tuệ sẽ tự nhiên tỏa sáng.

Chữ tâm kia mới bằng ba...

Khi chúng ta cần tiếp xúc, học hỏi một công việc mới, thường thì ta phải mất một thời gian mới có thể nắm vững và thực hiện nhuần nhuyễn công việc ấy.

Thời gian học hỏi và làm quen đó kéo dài bao lâu là tùy thuộc rất nhiều vào phương thức tiếp cận của chúng ta.

Nếu chúng ta chỉ hoàn toàn dựa vào sự rập khuôn theo những người đi trước, chúng ta sẽ có thể thấy là công việc đó đầy sự buồn tẻ, phức tạp hoặc thậm chí rất khó khăn. Do đó, điều tất yếu là ta phải mất một thời gian khá lâu để có thể nắm vững mọi vấn đề liên quan và tự mình thực hiện công việc một cách tốt đẹp.

Tuy nhiên, nếu trước khi bắt tay vào thực hiện công việc, chúng ta chấp nhận bỏ ra một khoảng thời gian nhất định để nghiền ngẫm, nắm vững các nguyên tắc và yêu cầu của công việc cũng như các yếu tố liên quan, thì ngay sau đó chúng ta sẽ có thể nhanh chóng thích nghi và nắm vững được công việc trong một thời gian ngắn nhất. Do đó, ta sẽ có thể tự mình thực hiện công việc một cách hiệu quả mà không cần phải dựa vào ai khác.

Điều này vừa mang tính nguyên tắc, vừa là một kinh nghiệm quý báu được truyền lại từ những người đi trước. Nói là nguyên tắc, bởi vì bạn có thể dễ dàng dùng khả năng suy luận để thấy được tính hợp lý của nó. Nói là kinh nghiệm, bởi vì bất cứ ai đã từng trải qua đều có thể xác quyết với bạn về tính đúng đắn của nó.

Để hiểu rõ hơn về vấn đề này, bạn hãy thử tiếp xúc và tìm hiểu về một số người học đàn *guitar*. Thực tế cho thấy là bạn sẽ gặp hai nhóm người học đàn theo hai cách khác nhau.

Nhóm thứ nhất quan sát người khác chơi đàn và bắt chước theo các động tác, từ cách cầm đàn, khảy đàn cho đến bấm phím đàn... Đồng thời, họ cũng học thuộc lòng từng đoạn nhạc và luyện tập. Bằng cách đó, càng ngày họ càng chơi được nhiều đoạn nhạc hơn, khả năng cảm thụ âm nhạc cũng tăng dần, cho đến lúc họ có thể nghe và lặp lại nhiều đoạn nhạc.

Nhóm thứ hai tiếp cận với loại nhạc cụ này sau một thời gian tìm hiểu học hỏi về các nguyên lý âm nhạc cũng như cấu trúc phím đàn và phương pháp ký âm. Vì thế, họ hiểu rõ nguyên tắc tăng giảm của các cao độ khác nhau trên phím đàn như thế nào, cũng như có thể đọc hiểu được sự thể hiện của chúng trên giấy bằng các ký hiệu âm nhạc. Do đã nắm vững các vấn đề về lý thuyết, nên khi bắt đầu sử dụng đàn *guitar*, họ không thấy khó khăn trong việc nắm hiểu các chỉ dẫn của người dạy đàn, cũng như có thể ghi nhớ và thực hiện những chỉ dẫn ấy một cách dễ dàng hơn. Hơn thế nữa, chỉ ngay sau khi thông thạo cách sử dụng đàn, họ đã có thể nhìn vào dòng nhạc để chơi bất cứ đoạn nhạc nào, ngay cả khi chưa từng nghe qua đoạn nhạc ấy. Và đến một giai đoạn sau đó, họ sẽ có thể tự viết ra được những dòng nhạc theo ý mình để thể hiện.

Cho dù kết quả cuối cùng có vẻ như giống nhau, là những người học đàn đều có thể chơi đàn ngày càng thành thạo, điêu luyện hơn. Tuy nhiên, những người thuộc nhóm thứ hai bao giờ cũng cảm thấy thoải mái hơn trong suốt quá trình học hỏi, bởi vì họ luôn tự mình hiểu được những gì đang làm mà không phải phụ thuộc vào sự bắt chước người khác. Hơn thế nữa, chỉ có họ mới là những người có thể nảy sinh được cảm hứng sáng tạo ngay trong khi học, bởi vì họ nắm vững được nguyên tắc để vận dụng các nốt nhạc, trong khi những người thuộc nhóm thứ nhất không làm được điều đó, đơn giản chỉ là vì họ chưa từng được học.

Nếu bạn quan sát những trường hợp khác trong cuộc sống, bất cứ khi nào có nhu cầu học hỏi một công việc mới, bạn đều có thể dễ dàng nhận ra hai phương thức tiếp cận khác nhau như trên. Khi cần sử dụng một phần mềm mới trên máy tính chẳng hạn, bạn sẽ học hỏi rất nhanh nếu nắm vững được các nguyên tắc hoạt động của phần mềm ấy. Ngược lại, nếu bạn chỉ học hỏi bằng cách lặp lại đúng theo những gì được chỉ dẫn, bạn sẽ phải mất một thời gian rất lâu mới có thể sử dụng được phần mềm ấy tương đối thành thạo.

Và điều thú vị mà ít người nhận ra là cuộc sống

này của chúng ta cũng là một *công việc lớn* mà mỗi người phải mất rất nhiều thời gian để có thể học hiểu và thực hiện tốt, có nghĩa là *sống tốt*. Kinh sách Phật giáo thường gọi *công việc lớn* của một đời người này là *đại sự*. Và tất cả mọi sự giáo huấn, giảng dạy đều không đi ngoài mục đích giúp cho mỗi người thực hiện tốt hơn cái *đại sự* của đời mình, hay nói cách khác là giúp cho mỗi người đều có thể *sống tốt hơn*.

Mỗi chúng ta đều mong muốn vươn lên hoàn thiện chính mình trong cuộc sống. Công việc đó sẽ vô cùng khó khăn và vất vả nếu như ta không hiểu được những nguyên tắc thực hiện. Ngược lại, chúng ta sẽ thoải mái hơn nhiều, và do đó tất nhiên cũng thực hiện *đại sự* của mình một cách tốt đẹp và hiệu quả hơn, nếu chúng ta nắm hiểu được những nguyên tắc chi phối công việc của mình.

Vấn đề ở đây là, bất cứ ai trong chúng ta cũng đều muốn làm người tốt, mà thực tế thì vẫn tồn tại không ít những hành vi xấu ác. Và cuộc đấu tranh giữa *thiện* với *ác*, giữa *tốt* với *xấu* bao giờ cũng là cuộc đấu tranh gay gắt nhất trong chính nội tâm của mỗi con người!

Chúng ta đều biết nói dối là điều xấu, nhưng thỉnh thoảng ta vẫn nói dối. Đó là sự thật! Chúng ta đều biết tham lam là xấu, nhưng thỉnh thoảng ta vẫn tham lam. Đó cũng là sự thật! Mỗi lần ta phạm vào một điều xấu, ta đều có thể tự biết được sự lầm lỗi của mình. Nhưng sự thật là những lầm lỗi như thế xảy ra hầu như ở tất cả mọi người. Thi sĩ người

Anh *Alexander Pope* (1688-1744) trong tác phẩm nổi tiếng của ông "*An Essay on Criticism*" (1711) đã viết: "*To err is human, to forgive divine.*" (***Lầm lỗi là bản chất của con người, và biết tha thứ là thánh thiện.***)

Vì thế, *công việc một đời* của mỗi chúng ta xét cho cùng thì không gì khác hơn là loại bỏ dần những lầm lỗi của bản thân cũng như học cách tha thứ những lỗi lầm của người khác. Được như thế, cho dù chưa thể trở thành một bậc thánh nhân, chúng ta cũng đã có thể tự hào về những nỗ lực vươn lên hoàn thiện của chính bản thân mình!

Nhưng vấn đề "*làm lành, lánh dữ*", như đã nói, cũng có nguyên tắc của nó. Khi bạn đối mặt với một sự việc nào đó và nhận xét: "*Đây là việc xấu, ta không nên làm*", hoặc: "*Đây là việc tốt, ta nên làm*".v.v... thì có vẻ như đó là một phương cách cụ thể và tích cực để giúp bạn lánh dữ, làm lành. Nhưng sự thật là không bao lâu bạn sẽ bắt đầu cảm thấy mệt mỏi và chán nản, bởi vì phải liên tục đưa ra những phán đoán đại loại như thế và đồng thời cần đến rất nhiều nỗ lực để có thể "*làm*" hoặc "*không làm*"...

Ngược lại, nếu bạn hiểu được rằng tất cả chúng ta đều có khuynh hướng thực hiện những việc xấu ác trong trạng thái tinh thần nặng nề, trầm uất, và ngược lại, bao giờ cũng muốn thực hiện những việc tốt đẹp trong trạng thái tinh thần nhẹ nhàng, thanh thản, thì sự *làm lành, lánh dữ* của bạn sẽ trở nên dễ dàng hơn nhiều.

Bạn có thể tự kiểm chứng nguyên tắc này nơi chính bản thân mình, đồng thời cũng có thể quan sát những người quanh bạn để thấy rõ là nguyên tắc này hoạt động như thế nào.

Khi một cặp vợ chồng cãi vã nhau và chén bát, ly tách trong nhà bay tứ tung, đổ vỡ ngổn ngang... không ai có thể cho đó là việc tốt. Và sự việc không tốt ấy lại là hoàn toàn bình thường, vì nó luôn diễn ra theo chiều hướng như thế trước mắt chúng ta. Nguyên nhân khởi đầu từ đâu? Chính là trong tâm trạng nặng nề gây ra bởi sự sân hận - như chúng ta vừa đề cập ở phần trước - mà sự việc không tốt này được thực hiện. Bạn sẽ không thể hình dung được rằng một người chồng có khả năng kiềm chế hoặc hóa giải cơn giận của mình mà vẫn thực hiện sự việc đập phá vô lý như thế! Đơn giản chỉ là vì tâm trạng của anh ta quyết định hành vi mà anh ta sẽ làm.

Tương tự, nếu bạn cần đến sự giúp đỡ của cấp trên, chẳng hạn như một kỳ nghỉ phép hoặc một đề nghị tăng lương... đừng bao giờ dại dột đưa ra đề xuất của mình vào lúc mà thủ trưởng đang có vẻ mặt cau có. Ngược lại, nếu bạn có thể chọn lúc thủ trưởng đang ở trong một trạng thái tinh thần hân hoan, phấn khởi, thì đề nghị của bạn sẽ có nhiều cơ may được chấp thuận hơn.

Cũng có thể là bạn chưa bao giờ lưu ý đến những điều tôi vừa nói, nhưng thực tế vẫn luôn diễn ra như thế. Khi chúng ta có một tâm trạng nhẹ nhàng, thanh thản, chúng ta luôn *có khuynh hướng muốn*

làm tất cả những điều tốt đẹp, chẳng hạn như giúp đỡ người khác, tha thứ cho mọi lỗi lầm, nhẫn nhịn mọi sự xúc phạm... Ngược lại, trong một tâm trạng nặng nề, trầm uất, chúng ta luôn *có khuynh hướng thực hiện mọi điều xấu ác*, gây xúc phạm hay tác hại đến người khác, chẳng hạn như đập phá, trừng phạt, trả thù, chỉ trích, nguyền rủa...

Và bởi vì tâm trạng bao giờ cũng quyết định việc làm của chúng ta, nên thay vì chú ý đến *việc thiện* và *việc ác*, bạn nên chú ý nhiều hơn đến *tâm thiện* và *tâm ác*.

Tâm thiện chính là tâm trạng sáng suốt, nhẹ nhàng, thanh thản, loại bỏ được hoàn toàn sự chi phối bởi các nhóm nguyên nhân như tham lam, sân hận, sự mê ngủ và mệt mỏi, bất an và hối tiếc, nghi ngờ. Vì sao có thể nói như vậy? Bởi vì trong một tâm trạng sáng suốt như thế, chúng ta luôn *có khuynh hướng làm điều thiện*, cảm nhận được niềm vui của việc làm điều thiện, và do đó mà xét cho cùng thì đó chính là *nguồn gốc khởi đầu của mọi điều thiện*. Khi đã có *tâm thiện*, chúng ta thực hiện mọi điều thiện theo một khuynh hướng tự nhiên, theo một sự thôi thúc từ tự tâm, và do đó mà không cảm thấy việc làm của mình là khó khăn hay mệt mỏi. Nếu chúng ta tự mình chưa có được *tâm thiện*, thì việc làm điều thiện nếu có cũng chỉ là những nỗ lực gượng ép, dễ gây ra sự chán nản và mệt mỏi.

Mặt khác, chính *tâm thiện* mới quyết định những lợi ích về mặt tinh thần mà bạn có được trong việc làm điều thiện. Vì thế, khi bạn nuôi dưỡng tâm thiện, cho dù không gặp những điều kiện để làm nhiều việc thiện, thì điều đó cũng không ngăn cản bạn có được những niềm vui thanh thản, nhẹ nhàng luôn tràn ngập trong tâm hồn. Ngược lại, khi không hiểu được điều này, bạn có thể ngày nào cũng bắt tay làm rất nhiều việc thiện, nhưng phần lợi ích tinh thần lại vô cùng hạn chế. Điều đó chỉ đơn giản là vì khi bạn không có được tâm thiện thì những niềm vui thanh thản, nhẹ nhàng có được do việc làm điều thiện sẽ không có lối nào để đi vào tâm hồn của bạn, vốn đang bị ngăn che, bao phủ bởi các nhóm nguyên nhân như tham lam, sân hận... Cũng tương tự như một ly nước đầy sẽ không thể nhận thêm giọt nước nào nữa cả!

Nuôi dưỡng tâm thiện trước khi thực hiện mọi việc thiện, đó là bạn nắm hiểu được nguyên tắc để thực hiện *công việc một đời* của mình dễ dàng và hiệu quả hơn. Vì sao có thể nói như vậy? Bởi vì ngay khi bạn bắt đầu làm một điều thiện, dù là nhỏ nhặt, thì điều thiện ấy sẽ có tác dụng nuôi lớn thêm tâm thiện của bạn. Và tâm thiện được nuôi lớn thêm sẽ càng tạo điều kiện cho bạn thực hiện những việc thiện tiếp theo sau đó một cách dễ dàng và thoải mái hơn, không có bất cứ sự ngăn ngại nào trong tâm hồn. Ở đây, mối tương quan thuận chiều giữa *tâm thiện* và *việc làm điều thiện* sẽ phát triển theo cấp số nhân, ngày càng mạnh mẽ, vững chắc hơn.

Không ít người *làm điều thiện nhưng lại chưa*

thực sự nuôi dưỡng được tâm thiện. Điều đó không phải là không có lợi. Họ vẫn nhận được những lợi ích nhất định từ việc làm điều thiện của mình. Tuy nhiên, cũng giống như người học một công việc mà không nắm được nguyên tắc của công việc ấy, họ sẽ phải mò mẫm, chậm chạp trong công việc. Việc làm thiện khi ấy là đi ngược với khuynh hướng của một tâm thức còn bị ngăn che bởi tham lam, sân hận... nên tất yếu sẽ làm cho họ cảm thấy khó khăn, mỏi mệt. Do đó, khuynh hướng thối lui là điều rất dễ xảy ra.

Mặt khác, khi không nuôi dưỡng được *tâm thiện* thì điều đó cũng đồng nghĩa với một *tâm bất thiện*, hay tâm ác. Bởi vì, như đã nói, một tâm trạng nặng nề, trầm uất bao giờ cũng là mảnh đất màu mỡ cho sự phát triển của mọi điều ác. Trong khi việc làm điều thiện đối với những người này là khó khăn, mỏi mệt, thì việc rơi vào những điều xấu ác lại rất dễ dàng, thuận lợi. Và mỗi khi thực hiện một điều xấu ác, tâm bất thiện lại càng được nuôi lớn thêm, tạo điều kiện dễ dàng hơn cho việc rơi vào những điều xấu ác nặng nề hơn tiếp theo sau đó.

Nói tóm lại, việc nuôi dưỡng tâm thiện là sự khởi đầu khôn ngoan nhất khi bạn muốn hoàn thiện tâm hồn để có một đời sống tinh thần tốt đẹp hơn. Và để nuôi dưỡng tâm thiện thì không cần phải làm gì khác hơn là loại trừ tất cả các nhóm nguyên nhân ngăn che, bao phủ sự sáng suốt của tâm hồn như tham lam, sân hận... Khi các nguyên nhân ấy đã bị loại trừ, tâm hồn bạn sẽ tự nhiên trở nên nhẹ nhàng, thanh thản và sáng suốt. Khi ấy, mọi điều thiện đều sẽ sẵn sàng để được thực hiện, và mọi điều ác đều không thể xen vào trong tâm hồn của bạn.

Địa ngục ở đâu?

Trong sách *Quy nguyên trực chỉ* (歸源直指), một tác phẩm bằng Hán văn ra đời vào khoảng thế kỷ 11, có ghi lại một cuộc vấn đáp giữa thiền sư *Nhất Nguyên Tông Bổn* (一源宗本) với một người vốn không tin là có địa ngục.

Ngài Tông Bổn hỏi: "*Ông có bao giờ nằm mộng chăng?*"

Người kia đáp: "*Có.*"

Lại hỏi: "*Trong mộng có khi nào gặp những việc buồn, vui, sướng, khổ... chăng?*"

Đáp: "*Có.*"

Ngài Tông Bổn liền hỏi: "*Những lúc buồn, vui, sướng, khổ đó, có phải là thân thể nhận lãnh sự buồn, vui, sướng, khổ hay chăng?*"

Đáp: "*Hẳn là không phải, vì thân thể lúc ấy mê muội, nằm yên bất động trên giường ngủ, làm sao có thể nhận lãnh sự buồn, vui, sướng, khổ?*"

Ngài Tông Bổn nói: "*Vậy tức là phần tinh thần nhận lãnh. Cảnh giới địa ngục cũng tương tự như thế, do tinh thần nhận lãnh, chẳng có hình tướng nên không thể nhìn thấy. Tuy nhiên, chỉ trong một giấc mộng mà còn có sự buồn, vui, sướng, khổ không nhìn thấy được, huống chi là cảnh giới tinh thần sau khi chết?'*

Tất nhiên là lập luận như trên chưa đủ để thuyết phục những kẻ hoài nghi trong thời hiện đại này. Bởi lẽ phần tinh thần trong giấc mơ là điều có thể hiểu được, nhưng phần tinh thần tồn tại sau khi chết lại là chuyện mà nhiều người vẫn chưa tin nhận được.

Tuy nhiên, lập luận trên đã nêu lên được ý nghĩa *vật thể* và *phi vật thể* trong cách hiểu về địa ngục. Hơn thế nữa, sự cảm nhận những *buồn, vui, sướng, khổ* trong một giấc mơ có thể gợi nhớ đến những *buồn, vui, sướng, khổ* mà mỗi chúng ta đang nhận chịu trong suốt một kiếp người.

Và thật ra thì không chỉ những buồn, vui, sướng, khổ trong một giấc mơ mới là những điều mà chúng ta không nắm bắt được một cách cụ thể, mà ngay cả những cảm nhận buồn, vui, sướng, khổ trong cuộc sống này cũng rất mơ hồ đối với nhiều người trong chúng ta, bởi rất ít khi chúng ta dành thời gian để quan sát, phân tích những cảm nhận đó trong nội tâm của chính mình, cho dù sự thật là chúng vẫn luôn luôn hiện hữu.

Vì thế, ngay trong cuộc sống này của chúng ta vốn dĩ đã song song tồn tại hai yếu tố *vật thể* và *phi vật thể*, hay nói khác đi là hai cảnh giới *thể xác* và *tinh thần*. Trong khi những *nỗi đau thể xác* là rất dễ nhận ra, thì những *nỗi đau tinh thần* lại là điều gì đó rất riêng tư, chỉ thuộc về sự cảm nhận của mỗi người, và bao giờ cũng rất mơ hồ, khó có thể nhận biết hay mô tả được một cách thật cụ thể.

Nhưng cho dù là mơ hồ, khó nhận biết hay mô tả, những nỗi đau tinh thần vẫn là hoàn toàn có thật. Và chỉ cần tự xét lại mình, mỗi chúng ta đều có thể dễ dàng nhận ra ở từng mức độ khác nhau những nỗi đau đang tồn tại trong nội tâm của chính mình.

Danh từ *địa ngục* (地獄) được người Trung Hoa sử dụng để dịch nghĩa từ *naraka* trong tiếng Phạn. Tuy nhiên, cũng giống như hầu hết các trường hợp phiên dịch khác, vẫn có những khác biệt nhất định về ý nghĩa của hai danh từ trong hai ngôn ngữ khác nhau này.

Đối với người Trung Hoa, *địa ngục* là nơi các tội nhân bị giam giữ và phải chịu đựng những hình phạt đau đớn, khổ sở. Trong danh từ của họ bao hàm hai nghĩa: *ngục* (獄), đồng nghĩa như *lao ngục, tù ngục*, là nơi giam giữ những người phạm tội, và *địa* (地) nghĩa là *đất*, hàm nghĩa chỉ cho vị trí của ngục này là nằm sâu trong lòng đất. Và cũng không chỉ riêng cách hiểu về *địa ngục*, mà hầu hết các khái niệm của người Trung Hoa xưa kia liên quan đến "*âm giới*" - cảnh giới sau khi chết - đều được hình dung là nằm sâu trong lòng đất. Chẳng hạn như cách hiểu về *suối vàng* (*hồng tuyền* - 黃泉) hay nơi *chín suối* (*cửu tuyền* - 九泉) đều là nằm sâu trong lòng đất. Vì thế mới có câu chuyện Khảo Thúc khuyên Trang công đào đất thật sâu giả lập cảnh "*suối vàng*" để giải lời thề "*không đến suối vàng không gặp mẹ*".[1] Hơn thế nữa, trong nhiều câu chuyện của người Trung Hoa, địa ngục còn được mô tả với những dụng cụ để hành hình tội nhân rất cụ thể như vạc dầu, cối giã, cưa xẻ...

Trong Phạn ngữ, danh từ *naraka* chỉ đến nơi mà người ta phải chịu đựng sự không vui (不樂 - *bất lạc*), đáng chán ghét (可厭 - *khả yểm*) và đủ mọi sự trừng phạt, hành hạ rất khổ sở, đau đớn bằng nhiều cách khác nhau (苦具 - *khổ cụ*), nhưng mở rộng không gian thành một cảnh giới riêng biệt chứ không chỉ hàm nghĩa là một "*nơi giam giữ*", và cũng không có ý cho rằng cảnh giới ấy là nằm sâu trong lòng đất.[2]

Vì thế, chúng ta có thể thấy rằng danh từ *naraka* có vẻ như là một cách hiểu rộng hơn và gần gũi hơn với ý niệm về một cảnh giới *phi vật thể*, cảnh giới

---

[1] Sách Tả truyện chép việc Trang công đày mẹ ra đất Dĩnh vì bà này đã giúp cho người em là Thúc Đoạn mưu phản để cướp ngôi. Khảo Thúc biết chuyện, tìm cách khuyên vua đón mẹ về. Vua nghe lời, nhưng đã lỡ đưa ra lời thề với mẹ rằng: "Nếu không đến suối vàng thì chẳng gặp nhau." Khảo Thúc liền bày mưu cho vua đào đất xuống thật sâu giả làm cảnh suối vàng rồi cho người đưa mẹ đến đó. Mẹ con gặp nhau, vua nhận lỗi với mẹ rồi đón về cung để phụng dưỡng.

[2] Kinh Phật dạy rằng địa ngục là một cảnh giới trong sáu cảnh giới, nằm trong ba cõi (Tam giới). Sáu cảnh giới ấy là: cõi trời, cõi người, cõi a-tu-la, cõi ngạ quỷ, cõi súc sanh và cõi địa ngục. Ngạ quỷ cũng là một cảnh giới đau khổ, nên rất nhiều người nhầm lẫn giữa cảnh giới này với địa ngục.

của những *nỗi đau tinh thần* mà chúng ta vừa đề cập đến trên đây.

Và theo cách hiểu này thì có thể thấy là *địa ngục* hiện hữu ngay trong cuộc sống của chúng ta, vào những khi mà chúng ta phải chịu đựng sự đau đớn, khổ sở nặng nề về mặt tinh thần do một số nguyên nhân nhất định. Đó chính là những lúc mà chúng ta *không có niềm vui, chán ghét* và *đau khổ.*

Có một địa ngục dành cho những kẻ ác sau khi chết hay không, điều đó xin hãy tạm gác lại không bàn đến. Nhưng nếu hiểu địa ngục như là một *cảnh giới của những nỗi đau đớn tinh thần* mà chúng ta thực sự cảm nhận trong cuộc sống, thì có lẽ không ai có thể phủ nhận được một địa ngục như thế. Tương tự như các hình phạt cụ thể trong thế giới vật chất, có thể xếp từ nhẹ đến nặng như cảnh cáo, tù treo cho đến tù giam, tạp dịch, khổ sai... cảnh giới địa ngục theo cách hiểu này cũng bắt đầu hiện hữu từ những nỗi ray rứt, dằn vặt, hối tiếc cho đến những đau đớn khổ sở kéo dài nhiều năm hay thậm chí là suốt đời...

Xa rời địa ngục

Cho dù đã "*tạm gác lại*" không bàn đến một địa ngục sau khi chết, nhưng chúng ta cũng không thể không nhận ra một sự tương đồng giữa những gì đã được mô tả về cảnh địa ngục ấy với những trạng thái đau đớn về tinh thần mà ta đang cảm nhận. Hay nói khác đi, một cảnh giới địa ngục sau khi chết, nếu có, chẳng qua cũng chỉ là một *sự kéo dài* của những gì mà hiện tại chúng ta đang cảm nhận.

Vì thế, đến đây chúng ta có thể vui mừng nhận ra một điều là: nếu như mỗi chúng ta có thể sống như thế nào để thoát khỏi "*cảnh giới địa ngục trong hiện tại*", thì một "*địa ngục sau khi chết*" - nếu như có thật - chắc chắn cũng không phải là nơi đến của chúng ta!

Có người nói rằng: "*Hạnh phúc là sự tạm dừng của những khổ đau.*" Phát biểu này tuy chưa phải là hoàn toàn chính xác, nhưng cũng tạm nói lên được thực trạng "*vui ít khổ nhiều*" của đời sống. Ngay cả khi chúng ta có gặp được rất nhiều may mắn thì sự trải nghiệm khổ đau dường như vẫn là tính chất chủ đạo của cuộc sống này.

Nhưng những nỗi khổ đến với chúng ta cũng không hề có sự đồng nhất như nhau. Mỗi đau khổ có một nguyên nhân, và khi nguyên nhân khác nhau thì kết quả nhận lãnh cũng sẽ khác nhau.

Vì thế, luật nhân quả xưa nay vốn thường được hiểu như là mối tương quan giữa những hành vi thiện ác với những kết quả sẽ nhận được về sau. Nhưng thật ra còn có mối quan hệ tức thời giữa một hành vi với tác động của nó đối với bản thân người thực hiện mà phần lớn chúng ta ít khi quan tâm đến, cho dù đó là điều vẫn thường xuyên xảy ra trong cuộc sống.

Chẳng hạn như khi ta giúp đỡ một người bạn bằng cách làm thay công việc trong khi anh ta bị bệnh. Theo cách hiểu về nhân quả thì hành vi này được xem là một điều thiện và sẽ mang lại cho ta một kết quả tốt đẹp tương ứng trong tương lai, chẳng hạn như ta cũng sẽ được ai đó giúp đỡ khi cần thiết, hoặc sẽ nhận được những may mắn, phúc lộc nào đó...

Điều mà ít ai quan tâm đến là tác động tức thời của hành vi tốt đẹp mà ta vừa thực hiện. Sự thật thì việc thực hiện hành vi tốt đẹp ấy sẽ mang lại cho ta một sự hài lòng, thỏa mãn, một niềm vui nhẹ nhàng khi có thể làm được công việc mà ta biết là tốt đẹp. Và tác động tích cực này không thể không được xem là một phần kết quả của hành vi đã làm, thậm chí còn phải nói là một kết quả trực tiếp, thiết thực mà bất cứ ai cũng có thể dễ dàng nhận thấy ngay, nhưng lại rất ít khi lưu tâm đến.

Trong kinh Pháp cú, ở kệ số 18 đức Phật dạy rằng:

Hiện tại vui nơi đây,
Đời sau vui nơi khác.
Người tu các nghiệp lành,
Nơi nơi đều vui vẻ.

現世此處喜,
死後他處喜,
修諸福業者,
兩處俱歡喜。

Hiện thế thử xứ hỷ,
Tử hậu tha xứ hỷ.
Tu chư phước nghiệp giả,
Lưỡng xứ câu hoan hỷ.

Cho nên, những hành vi tốt đẹp không chỉ là tạo ra kết quả tốt đẹp trong tương lai, mà ngay khi thực hiện những hành vi đó, chúng ta đã nhận được những kết quả tốt đẹp tức thời về mặt tinh thần.

Nếu bạn đã từng làm một việc thiện nào đó - tôi tin là như vậy - cho dù rất nhỏ nhoi, bạn sẽ dễ dàng tự mình nhận biết được thế nào là niềm vui có được sau khi làm điều thiện. Và điều đó cũng có nghĩa là: có một mối tương quan giữa mỗi hành vi của chúng ta với những cảm nhận về mặt tinh thần của chúng ta ngay sau đó.

Và vì thế, sẽ không khó hiểu khi ngược lại cũng có những hành vi mà sau khi thực hiện sẽ đẩy ta vào sự khổ sở, dằn vặt hay ray rứt trong tâm hồn... Và theo như những gì mà chúng ta đã bàn đến, có thể xem những hành vi thuộc loại này như là những chiếc chìa khóa mở cửa vào địa ngục.

Mặt khác, như chúng ta đã đề cập đến trong phần trước, chính trạng thái tinh thần quyết định khuynh hướng việc làm của chúng ta. Do đó, không thể phủ nhận được mối tương quan giữa những trạng thái tinh thần khác nhau với khuynh hướng thực hiện các hành vi khác nhau, và vì thế mà dẫn đến những kết quả khác nhau.

Như vậy, những mắt xích phức tạp mà chúng ta vừa xem xét cuối cùng rồi cũng dừng lại ở điểm khởi đầu là một tâm hồn nhẹ nhàng thanh thản hay nặng nề trầm uất. Ở từng mức độ khác nhau, những trạng thái tinh thần này có thể xem là cội nguồn quan trọng quyết định những cảm nhận vui, buồn, sướng, khổ của chúng ta trong đời sống.

Và thật may mắn là chúng ta hoàn toàn có thể chủ động đạt đến những trạng thái tinh thần tích cực, nghĩa là đạt đến một tâm hồn nhẹ nhàng thanh thản, bằng vào những nỗ lực đúng hướng của chính bản thân mình.

Có ba yếu tố độc hại tiềm ẩn trong tâm hồn chúng ta, có tác dụng cuốn hút chúng ta về những khuynh hướng xấu. Ba yếu tố này là *tham lam, sân hận* và *si mê*, thường được gọi chung là *Tam độc* (三毒).

Chúng ta thấy là có hai trong số ba yếu tố này đã được nhắc đến trước đây trong các nhóm nguyên nhân làm che mờ sự sáng suốt của tâm hồn, đẩy chúng ta vào những trạng thái nặng nề, trầm uất. Điều này càng cho thấy rõ mối tương quan chặt chẽ giữa những tác hại của chúng. Bởi vì, như đã nói, khi chúng gây ra trạng thái tâm hồn nặng nề, trầm uất thì cũng là đồng thời tạo ra *khuynh hướng thực hiện những hành vi xấu ác*.

Hơn thế nữa, trong khi *si mê* là một trạng thái thiếu tri thức và trí tuệ, thì đồng thời nó cũng là hệ quả tất yếu của hai yếu tố *tham lam* và *sân hận*. Bởi vì, khi các tâm niệm *tham lam* và *sân hận* chế ngự hoàn toàn tâm hồn ta, thì tất yếu ta sẽ mất đi sự sáng suốt và rơi vào *si mê*.

Như vậy, điểm khởi đầu của chúng ta trong việc xa rời địa ngục chính là hạn chế và loại trừ ba yếu tố *tham lam*, *sân hận* và *si mê*.

Sự tham lam là một ông chủ khó tính - vì chẳng bao giờ chúng ta có thể làm hài lòng - mà phần lớn chúng ta đều là những tên nô lệ của nó ở từng mức độ khác nhau. Khi lòng tham nổi lên, lý trí bị che mờ và sự thôi thúc chiếm hữu trở thành nỗi ám ảnh liên tục trong lòng ta. Tùy theo đối tượng của lòng tham, sức cuốn hút đối với chúng ta có thể thay đổi khác nhau, nhưng nói chung tất cả đều tạo ra một tâm trạng mong muốn chiếm hữu đối tượng, khao khát có được đối tượng đó. Tâm trạng này thường phát triển dần dần theo thời gian, cho đến một lúc nào đó, nó khống chế hoàn toàn ý chí và ta không còn chọn lựa nào khác hơn là phải thực hiện mọi phương thức để chiếm hữu đối tượng.

Đối tượng của lòng tham là một phạm vi không dễ đo lường hay nhận thức trọn vẹn. Không chỉ là những vật thể hữu hình như tài sản, nhà cửa, xe cộ... vốn là những thứ có thể nhìn thấy và xác định giá trị, lòng tham còn hướng đến cả những đối tượng vô hình như danh vọng, tiếng tăm, sự kính trọng...

là những đối tượng không thể nhìn thấy và cũng không thể xác định giá trị cụ thể, nhưng lại có khả năng cuốn hút mạnh mẽ không kém các đối tượng vật chất.

Hơn thế nữa, ý thức chiếm hữu do lòng tham tạo ra có khi hoàn toàn vô lý đến mức gây nhầm lẫn, làm cho ta không nhận ra đó là lòng tham. Chẳng hạn như trong quan hệ nam nữ hay vợ chồng, ngoài những tình cảm dành cho nhau còn có một *"ý thức sở hữu"* luôn tồn tại. Ý thức sở hữu này làm cho người vợ luôn nghĩ rằng người chồng là *"của mình"*, và luôn tìm mọi cách để bảo vệ, gìn giữ cái *"vật sở hữu"* này. Nếu sử dụng lý trí để phân tích, ta sẽ thấy điều này có vẻ như vô lý, bởi quan hệ gắn bó giữa hai người chỉ có thể là do nơi những tình cảm dành cho nhau mà thôi. Tuy vậy, trong thực tế thì ý thức *"chiếm hữu"* này vẫn luôn tồn tại, bởi nó xuất phát từ lòng tham của chúng ta, chỉ muốn chiếm lấy đối tượng cho riêng mình. Loại bỏ yếu tố lòng tham, ta sẽ không thể giải thích được rất nhiều phản ứng quá khích trong các vụ đánh ghen chẳng hạn, khi mà người ta hành động không một chút *"lưu tình"*, để rồi phải biện hộ một cách văn vẻ là *"thương nhau lắm, cắn nhau đau"*.

Sự chi phối của lòng tham đối với chúng ta diễn ra một cách liên tục và lâu dài. Một khi chúng ta vừa nảy sinh sự ưa thích, tham muốn đối tượng, chúng ta đã lập tức trở thành nô lệ của lòng tham. Bởi vì kể từ lúc ấy, mọi suy nghĩ, hành động của chúng ta sẽ âm thầm bị chi phối bởi sự ham muốn, sẽ luôn hướng theo sự ham muốn, và sẽ luôn tìm mọi cách để thỏa mãn sự ham muốn.

Sự chi phối này thậm chí kéo dài cả đến sau khi ta đã có được đối tượng, bởi vì khi ấy sẽ bước sang giai đoạn chiếm hữu và bảo vệ. Ta sẽ không cho phép bất cứ ai khác giành lấy đối tượng mà ta đã có, nên sẵn sàng làm mọi việc để giữ chặt lấy nó.

Nói chung, sự chi phối của lòng tham đối với một đối tượng *chỉ chấm dứt khi ta đã thực sự nhàm chán, không còn ham thích đối tượng* đó nữa.

Và nhận xét này cũng chính là *nguyên tắc để đối trị lòng tham*. Đối với tiền tài, vật chất, của cải... nếu chúng ta quán xét để thấy được tính chất tạm bợ, không thường tồn và vô nghĩa của chúng khi so sánh với những giá trị tinh thần cao đẹp, chúng ta sẽ nảy sinh sự nhàm chán, không còn ham thích, và do đó sẽ không bị sự chi phối của lòng tham.

Tương tự, đối với danh vọng, tiếng tăm, sự kính trọng... nếu chúng ta cũng quán xét để thấy được chúng hoàn toàn không phải là những giá trị chân thật có thể giúp ta tạo ra một cuộc sống hạnh phúc, an vui, mà ngược lại còn mang đến nhiều sự phiền tối, rối rắm trong cuộc sống, chúng ta cũng sẽ nảy sinh sự nhàm chán, không còn ham thích, và do đó sẽ không bị sự chi phối của lòng tham.

Đối với những người xuất gia, để đối trị với tâm tham dục cuốn hút về nữ sắc, đức Phật cũng dạy phép quán bất tịnh. Theo phép quán này, chúng ta quán xét thân thể con người như một sự tập hợp của những yếu tố như xương, da, thịt..., trên đó, *cửu khiếu*[1] thường chảy ra toàn những chất nước hôi hám... Tất cả những yếu tố cấu thành thân thể đều không thường tồn. Chẳng bao lâu cái già sẽ đến, da nhăn, tóc bạc, lưng khòm... và một khi tắt hơi nhắm mắt thì tất cả đều thối rữa không tồn tại. Khi quán xét như vậy, chúng ta sẽ nảy sinh sự nhàm chán, không còn ham thích, và do đó sẽ không bị sự chi phối của lòng tham dục.

Lòng tham hiện hữu trong mỗi chúng ta như một bản chất tự nhiên, và vì thế mà ta thường mặc nhiên chấp nhận sự chi phối của nó. Thậm chí, một số người còn xem đây là động lực cần thiết để vươn lên trong cuộc sống. Những người này đã nhầm lẫn giữa ý chí hướng thượng với sự thôi thúc của lòng tham. Bởi vì ý chí hướng thượng giúp ta vươn lên hoàn thiện bản thân cũng như điều kiện môi trường chung quanh, nhưng nó không che mờ sự sáng suốt của tâm hồn, bởi vì nó không làm nảy sinh sự khao khát chiếm hữu. Trong khi lòng tham thì ngược lại, như đã phân tích trên, luôn hướng đến sự chiếm hữu, và do đó mà làm che mờ đi sự sáng suốt, làm mất đi sự nhẹ nhàng vốn có của một tâm hồn thanh thản.

Hiểu rõ được về lòng tham và những tác hại của nó, chúng ta sẽ sáng suốt hơn trong việc nhận biết

---

[1] *Cửu khiếu* (九竅): chín lỗ hổng trên thân thể, gồm 2 lỗ mắt, 2 lỗ mũi, 2 lỗ tai, 1 lỗ miệng và 2 lỗ đại tiểu tiện.

mỗi khi lòng tham sinh khởi, cũng như có thể chống lại và thoát được ra khỏi sự chi phối của nó. Tâm hồn ta sẽ trút bỏ đi rất nhiều gánh nặng một khi lòng tham lam bị kiềm chế và loại bỏ.

Lòng sân hận là yếu tố độc hại thứ hai đối với tâm hồn. Nếu như không ai trong chúng ta là không có lòng tham, thì cũng không ai trong chúng ta không có lòng sân hận. Chúng ta thường không nhận ra lòng sân hận nếu như không có bất cứ việc gì trái ý chúng ta. Bởi vì điều đó có nghĩa là *"bản ngã"* của chúng ta đang được ve vuốt, tôn sùng, không có ai xúc phạm đến nó.

Nhưng đây lại là điều không thể có trong cuộc sống. Ngay cả khi bạn có được quyền lực vượt trên mọi người, bạn cũng không thể đảm bảo việc không có ai làm trái ý mình. Mặt khác, những sự việc diễn ra quanh ta rất nhiều khi không hoàn toàn do ta kiểm soát, và do đó mà những việc *"bất như ý"* vẫn là chuyện rất thường xảy ra.

Và vì thế mà cuộc sống này vẫn luôn là mảnh đất màu mỡ cho sự phát triển của lòng sân hận. Bất cứ khi nào có ai đó làm một điều trái ý chúng ta, hoặc một sự việc nào đó diễn ra không như ta mong muốn, ngay khi ấy chúng ta sẽ dễ dàng nổi giận. Và tùy theo mức độ *"trái ý"* của sự việc mà cơn giận của chúng ta có thể có những cường độ khác nhau.

Khi cơn giận nổi lên, tác hại đầu tiên của nó là khống chế lý trí và tình cảm của chúng ta. Chúng ta không còn khả năng suy xét, phán đoán một cách sáng suốt như bình thường được nữa. Mọi suy nghĩ, phán đoán của chúng ta bị cuốn hút về phía *làm thế nào để thỏa mãn cơn giận*. Và mọi tình cảm của chúng ta cũng bị đẩy sang một bên, nhường chỗ cho *lửa giận* bốc lên chiếm trọn tâm hồn. Một đứa con thường ngày được nuông chiều, thương yêu nhất vẫn có thể phải nhận một bạt tai nảy lửa nếu dại dột đến quấy rầy người cha trong lúc ông đang phừng phừng lửa giận. Vì thế, nếu chúng ta hiểu được điều này thì sẽ không lấy làm lạ khi thấy rằng những vấn đề lý lẽ và tình cảm thường không mấy khi có tác động đối với một người đang giận dữ.

Nếu lặng lẽ quan sát từ xa một người đang tức giận, chúng ta có thể dễ dàng nhận ra những thay đổi rõ nét, từ mọi hành vi, cử chỉ, lời nói cho đến vẻ mặt, dáng đi, tất cả đều như bị kích động bởi một sức mạnh vô hình, và sự khoan thai, bình thản không còn hiện diện nơi người ấy trong lúc đó.

Vì thế, chúng ta cũng có thể thấy được rằng một người đang giận dữ là đang sống trong một cảnh giới tinh thần hoàn toàn khác biệt với những lúc bình thường. Tâm hồn của người ấy bị nung nấu bởi một sức nóng dữ dội do cơn giận tạo ra. Sức nóng ấy có thể bộc lộ cả ra bên ngoài với những dấu hiệu cụ thể như thân nhiệt tăng, mồ hôi tuôn ra và vẻ mặt đỏ bừng lên...

Và nếu như đặc điểm của lòng tham lam là sự chiếm hữu, thì điểm đặc trưng của lòng sân hận lại là sự đập phá, hủy hoại. Khi cơn giận bừng lên, sự đập phá trở thành một "*nhu cầu*"! Việc trút cơn giận vào đúng đối tượng rất ít khi xảy ra, bởi có những sự ngăn trở nhất định không phải bao giờ cũng có thể vượt qua. Hơn thế nữa, có những cơn giận không có đối tượng cụ thể hoặc có quá nhiều đối tượng... Chẳng hạn như, có những trường hợp người ta nổi giận đến mức điên cuồng và nghĩ rằng... cả thế giới này đang chống lại mình! Hoặc đơn giản hơn nữa là sự vắng mặt của đối tượng trong lúc cơn giận đang "*bốc lên*". Và vì thế, một người đang tức giận có thể đập phá, hủy hoại bất cứ vật gì trong tầm tay của anh ta, cho dù ai cũng biết đó là một hành vi hoàn toàn vô lý!

Điều đáng buồn là sự đập phá, hủy hoại không bao giờ là biện pháp thích hợp để hóa giải cơn giận, mà chỉ càng làm cho nó bốc lên mạnh mẽ hơn nữa. Khi dừng lại để quan sát cảnh đập phá ngổn ngang do chính mình vừa gây ra trong cơn giận, người ta thường không thấy "*hối hận*" hay dịu đi ít nhiều, mà thực tế là càng thấy... tức giận hơn, như thể sự đập phá, đổ vỡ đó là do chính người mà mình đang tức giận gây ra.

Cũng tương tự như sự chiếm hữu không làm thỏa mãn lòng tham, sự đập phá cũng không giúp ta chấm dứt cơn giận. Cơn giận chỉ có thể chấm dứt khi sự kích động của nó lắng dịu đi và ta *lấy lại được sự bình tĩnh*.

Và nhận xét này cũng chính là *nguyên tắc để đối trị lòng sân hận*. Để ngăn không cho một cơn giận bốc lên, mọi sự suy luận, phân tích của lý trí hay tác động của tình cảm đều vô hiệu. Phương thức hiệu quả duy nhất là sự định tĩnh. Bạn có thể đạt được sự định tĩnh bằng nhiều cách, nhưng cách tốt nhất và dễ thực hiện nhất là cách ly mọi tác động từ bên ngoài, ngồi một mình trong phòng riêng chẳng hạn. Ngồi yên, và chỉ cần ngồi yên, không suy nghĩ bất cứ điều gì, nhất là những gì liên quan đến sự việc đang làm bạn tức giận. Chỉ cần khoảng 10 hay 15 phút ngồi yên như vậy, bạn sẽ có thể hóa giải được vô số những tác hại mà một cơn giận có thể gây ra. Và một khi đã có được sự bình tĩnh, đó mới là lúc bạn có thể nhờ đến sự can thiệp của lý trí hay tình cảm.

Vì thế, chúng ta không lấy làm lạ khi thấy rằng những người có thực hành thiền định rất hiếm khi nổi giận. Bởi vì lòng sân hận giống như một ly nước bị khuấy động lên, trong khi thiền định lại chính là phương thức đối trị để làm cho ly nước ấy lắng yên trở lại. Nếu bạn thực hành thiền mỗi ngày, ngay trong những tâm trạng bình thường, thì lòng sân hận không có mấy cơ may có thể khống chế được tâm hồn bạn, ngay cả khi bạn gặp phải những điều trái ý nhất.

Điểm tương đồng giữa lòng tham lam và lòng sân hận là cả hai đều làm cho tâm hồn ta mất đi sự sáng suốt. Khi chúng đã khống chế được tâm hồn ta, chúng thôi thúc ta phải có những hành vi đáp ứng với sự tham lam, sự giận dữ, cho dù những hành vi ấy có thể là vô lý, có thể là đi ngược lại các chuẩn mực đạo đức. Vì thế, một khi đã trừ bỏ được lòng tham lam và sân hận, tâm hồn ta sẽ trở nên nhẹ nhàng, thanh thản hơn nhiều, vì không phải chịu những sự trói buộc, thôi thúc của các yếu tố độc hại này.

Tham lam và sân hận đều có thể đẩy ta vào chỗ *si mê*, thiếu sáng suốt. Sự *si mê* này là do lý trí của ta tạm thời bị vô hiệu hóa bởi tác dụng của lòng tham lam hay sân hận. Ngay khi ta trừ bỏ được sự tham lam hay sân hận thì tâm trí ta sẽ lại sáng suốt như trước đó.

Nhưng *si mê* còn là một yếu tố độc hại vốn có trong mỗi chúng ta, cũng tương tự như tham lam và sân hận. Bởi vì *si mê* vốn là một cách diễn đạt khác của sự thiếu tri thức, thiếu hiểu biết, mà tri thức hay sự hiểu biết lại không phải là điều tự nhiên có được, vốn phải do nơi sự học hỏi. Nếu như chúng ta không quan tâm đến sự học hỏi những điều tốt đẹp trong cuộc sống, thì sự si mê tự nó vốn đã hiện hữu. Và một khi sự si mê đã hiện hữu thì chúng ta không thể có đủ những hiểu biết cần thiết để nhận ra và đối trị với lòng tham lam hay sân hận. Do đó mà những yếu tố độc hại này sẽ phát triển ngày càng mạnh hơn. Rồi như một hệ quả tất yếu, càng tham lam, sân hận thì chúng ta lại càng si mê hơn nữa!

Cái vòng luẩn quẩn này sẽ chẳng bao giờ có thể bị phá vỡ, trừ khi chúng ta có được một nỗ lực tự thân để khai mở trí tuệ, đẩy lùi sự si mê. Sự học hỏi giúp ta làm được điều đó, bởi vì nó mang lại những hiểu biết, tri thức cần thiết để chúng ta có thể nhận ra vấn đề và biết được là cần phải làm những gì.

Vì thế, tuy là yếu tố độc hại được kể ra cuối cùng, nhưng *si mê* có thể xem là mấu chốt quan trọng nhất trong cả ba yếu tố. Mối tương quan sinh khởi như vừa phân tích trên cho thấy rằng, nếu không đẩy lùi được sự si mê thì sẽ chẳng bao giờ có thể mở ra khả năng nhận biết và trừ bỏ được các yếu tố tham lam và sân hận. Ngược lại, khi đẩy lùi được sự si mê, ta sẽ có đủ sáng suốt để nhận ra sự tham lam và sân hận đang hiện hữu trong lòng mình, nhận biết được tác hại của chúng cũng như phương thức đối trị, và nhờ đó mà có thể tiếp tục tiến bước trên con đường hướng thượng.

Ba yếu tố độc hại vừa kể trên có thể xem là sự thâu tóm một cách khái quát nhất các nguyên nhân sinh khởi của mọi điều ác. Vì thế, trong kinh Phật dạy rằng: *"Nếu không có tham, sân, si thì gọi đó là trí huệ."* (Nhược vô tham sân si, thị danh vi trí huệ. - 若無貪瞋癡,是名為智慧。)

Ai vào địa ngục?

Trong kinh *Pháp cú*, kệ số 202, đức Phật dạy rằng:

Không lửa nào bằng tham dục,
Không ác nào bằng sân hận.

無火如貪欲，
無惡如瞋恨。

Vô hỏa như tham dục,
Vô ác như sân hận.

Mỗi chúng ta đều đã hoặc đang bị ngọn lửa tham dục thiêu đốt, và cũng có thể sẽ tiếp tục chịu sự thiêu đốt lâu dài của nó. Mỗi chúng ta cũng đã hoặc đang chìm đắm trong sân hận, si mê, và cũng có thể sẽ tiếp tục chìm đắm lâu dài trong đó!

Khi nhận thức được điều này là chúng ta bắt đầu tự hé mở cánh cửa bước vào một tương lai tươi sáng hơn. Bởi vì chỉ khi nhận thức đúng thực tiễn, ta mới có thể phát khởi được những nỗ lực đúng hướng để tự mình thoát ra khỏi những gì xấu ác trong hiện tại.

Mỗi một con người đều sẵn có khả năng hướng thiện hay sa ngã. Chính nhận thức của chúng ta về cuộc sống quyết định việc ta sẽ nghiêng theo khuynh hướng nào, và do đó cũng quyết định việc đời sống này của chúng ta rồi sẽ đi về đâu.

Một nếp sống buông thả với sự tiếp nối không ngừng của những hành vi bất thiện, tất yếu sẽ không thể mang lại điều gì tốt đẹp về mặt tinh thần. Những giá trị vật chất mà chúng ta có được do thực hiện những hành vi bất thiện luôn có tác dụng nuôi lớn sự tham lam, sân hận và si mê. Vì thế, những tác hại nhìn thấy được của những hành vi ấy thật ra là không đáng sợ bằng những tác hại vô hình, những tác hại về mặt tinh thần.

Do lòng tham lam, sân hận và si mê được nuôi dưỡng và phát triển ngày càng mạnh mẽ hơn, những người có tâm bất thiện sẽ không thể có được sự thanh thản thật sự trong cuộc sống. Mỗi một sự thỏa mãn vật chất của họ trong cuộc sống bao giờ cũng là một liều thuốc độc nuôi lớn thêm nguồn khổ não trong nội tâm. Và một khi nội tâm đã chất chứa đầy khổ não thì sẽ không có bất cứ niềm vui thanh thản nào có thể được cảm nhận.

Những người như thế chẳng khác nào quay lưng về phía có nguồn sáng, để rồi phải bước đi trong tối tăm. Mỗi một hành vi, ý tưởng của họ đều sai lầm vì không có được sự soi rọi của một nhận thức đúng đắn, và do đó càng đưa họ đi xa hơn nguồn sáng trí tuệ. Những gì chờ đón họ trong đời sống tương lai chắc chắn chỉ có thể là một sự tối tăm và sa đọa ngày càng khó thoát ra hơn nữa.

Nhưng không chỉ là một tương lai tăm tối, mà sự thật còn quan trọng hơn nữa là họ không thể có được một hiện tại tốt đẹp như vẻ ngoài mà người khác có thể vẫn nhìn thấy. Đó là vì nội tâm của họ đang chìm đắm trong những trạng thái khổ đau do tham lam, sân hận và si mê gây ra. Vì thế họ *không có niềm vui, chán ghét cuộc sống* và *chịu đựng nhiều khổ não.*

Những gì chúng ta đang nói đến là được xét từ khía cạnh tinh thần. Vì thế, ta có thể thấy rằng một người giàu có chưa hẳn đã có được cuộc sống vui vẻ thật sự. Nếu sự giàu sang của họ là kết quả của những việc làm bất chính, và nếu tâm thức của họ vẫn tiếp tục chìm đắm trong sự tham lam đã được chính họ nuôi dưỡng trong suốt thời gian làm giàu, thì việc có được niềm vui chân thật trong hiện tại đối với họ sẽ là điều hoàn toàn vô lý! Bởi vì sự giàu sang, sung túc không thể giúp họ thoát khỏi những quy luật tự nhiên chi phối tâm hồn. Và do đó, họ sẽ phải gánh chịu những tâm trạng khổ não do lòng tham lam và những việc làm bất thiện của họ mang lại. Điều đó làm cho nội tâm của họ mất đi sự thanh thản cần có để cảm nhận những niềm vui chân thật trong cuộc sống.

Và khi không có được niềm vui chân thật trong cuộc sống, tự thâm tâm họ sẽ nảy sinh cảm giác chán ngán đối với đời sống. Vì sao vậy? Những niềm vui giả tạo do sự thỏa mãn vật chất mang lại bao giờ cũng chỉ là tạm bợ, thoáng qua. Cuộc sống không thật sự được nuôi dưỡng bằng những niềm vui giả tạo đó, mà luôn cần đến những niềm vui chân thật như một nguồn sinh lực. Điều này giải thích vì sao có rất nhiều người nghèo khó nhưng vẫn luôn vui sống và sống tốt, trong khi có những người khác giàu có nhưng luôn cảm nhận mỗi ngày trôi qua như một sự chịu đựng nặng nề.

Không có niềm vui, chán ghét đời sống và phải chịu đựng khổ não trong nội tâm. Những điều này không gì khác hơn mà chính là những đặc điểm đã được mô tả về *địa ngục* (*naraka*). Vì thế, sự xuất hiện của những yếu tố này trong đời sống nội tâm của một người chính là *sự biểu hiện của địa ngục*. Tùy theo từng mức độ khác nhau mà ta có thể gọi bằng những tên gọi khác nhau, nhưng cho dù với tên gọi nào thì những bản chất như trên vẫn là không thay đổi.

Nhận thức này hẳn có phần nào đó còn xa lạ với một số người, những người lâu nay vẫn quen nghĩ về một địa ngục âm u chìm sâu trong lòng đất, và chỉ chờ đón những kẻ ác sau khi chết. Tuy nhiên, có lẽ không ai phủ nhận được tính chất hợp lý của nó khi đối chiếu với những gì xảy ra trong đời sống, cũng như khi tự quán xét nội tâm của chính mình.

Trong kinh Phật mô tả về sáu cảnh giới khác nhau mà tất cả chúng sinh tùy theo nghiệp lực đều phải chịu luân chuyển thọ sinh trong đó. Những cảnh giới này bao gồm: *thiên giới*, cảnh giới của chư thiên hay các cõi trời, với hình tướng oai nghiêm, xinh đẹp và được thọ hưởng nhiều phước báo, khoái lạc; *nhân giới*, cảnh giới của con người, là cõi thế gian mà hiện chúng ta đang sống; *a-tu-la giới*, cảnh giới của loài *a-tu-la*, được mô tả là một loại chúng sinh có đủ thần thông như chư thiên nhưng kém về oai đức và hình thể; *ngạ quỷ giới*, cảnh giới của loài quỷ đói, với nhiều hình thể khác nhau như gầy ốm, cổ rất nhỏ, miệng phun lửa... do nghiệp lực mà tất cả những chúng sinh này đều không bao giờ được ăn uống no đủ; *súc sinh giới*, cảnh giới của các loài thú vật, mỗi loài đều phải chịu những nỗi khổ khác nhau tùy theo nghiệp lực; và cuối cùng là *địa ngục giới*, cảnh giới mà chúng sinh luôn phải sống trong trạng thái không có niềm vui, chán ghét và chịu đựng đủ mọi khổ não.[1]

Điều đặc biệt là trong sáu cảnh giới vừa kể trên, chúng sinh ở mỗi cảnh giới đều được mô tả về hình thể xinh đẹp hoặc xấu xí, chỉ riêng cảnh giới địa ngục không thấy mô tả về hình tướng của những chúng sinh trong đó, mà chỉ thấy nói về những khổ não họ phải gánh chịu. Điều này phải chăng cho thấy rõ tính chất phi vật thể, tính chất của một cảnh giới tinh thần dành cho hết thảy mọi chúng sinh tạo nghiệp ác?

Mặt khác, trong kinh nói về các cảnh giới từ cõi trời cho đến các loài ngạ quỷ, súc sinh... đều thấy nhắc đến tuổi thọ dài ngắn, chẳng hạn như ở cõi trời chư thiên có tuổi thọ lâu dài, loài súc sinh có tuổi thọ ngắn ngủi và thường phải chết vì sự giết hại... Riêng cảnh giới địa ngục không thấy nói đến

---

[1] Sáu cảnh giới này thường được gọi chung là *lục đạo* (六道) hay *lục thú* (六趣).

tuổi thọ của chúng sinh trong đó, nhưng nói rằng họ chỉ được thoát ra khỏi đó khi nghiệp báo đã hết. Phải chăng đây chính là một tấm gương phản chiếu những nghiệp ác của chúng sinh, nên khi những nghiệp ác đó không còn nữa, nghĩa là khi những tâm thiện được sinh khởi, thì cảnh giới đó cũng tự nhiên mất đi?

Nhiều câu chuyện về những người thoát khỏi địa ngục được kể lại trong kinh cũng nói lên những điều phù hợp với nhận xét này. Một trong những câu chuyện như thế được nhiều người biết đến nhất là chuyện bà *Thanh-đề*, mẹ của ngài *Mục-kiền-liên*, một vị đệ tử lớn của đức Phật.

Ngài *Mục-kiền-liên* (*Mahāmaudgalyāyana*) là một vị đệ tử đã tu chứng, được đức Phật khen là "***thần thông đệ nhất***" trong số các đệ tử hàng Thanh văn. Tuy vậy, mẹ của ngài là bà *Thanh-đề* lại là người không tin Tam bảo, thường làm nhiều việc ác. Vì thế, sau khi bà chết thì ngài *Mục-kiền-liên* dùng thiên nhãn quán sát thấy được bà đang phải chịu đựng những khổ não trong cảnh giới địa ngục. Ngài đã vận dụng hết sức thần thông của mình để mong cứu mẹ ra khỏi cảnh giới này, nhưng hoàn toàn không thể làm được. Vì vậy, ngài không còn cách nào khác hơn là đến cầu cứu với đức Phật.

Nhân lời thỉnh cầu của ngài *Mục-kiền-liên*, đức Phật đã truyền dạy pháp *Vu-lan-bồn* (*Ullambana*), tức là lễ cúng trai tăng được thực hiện vào dịp rằm tháng Bảy, nhân ngày Tự tứ khi chư tăng vừa qua ba tháng an cư trong mùa mưa, thường được gọi với tên thông dụng hơn là lễ Vu Lan.

Nhờ sức chú nguyện của chư tăng mười phương, bà *Thanh-đề* được cảm hóa và sinh khởi thiện tâm, nên ngay trong ngày đó thoát khỏi cảnh giới địa ngục và sinh về cõi trời.

Sự giải thoát tức thời của bà *Thanh-đề* ra khỏi cảnh giới địa ngục gợi cho ta thấy rằng cách hiểu về địa ngục như một cảnh giới của những nỗi khổ tinh thần phi vật thể như đã nói là hoàn toàn phù hợp. Vì một khi tâm thiện được sinh khởi thì ngay tức thời cảnh giới địa ngục sẽ tự nó mất đi, nghĩa là chúng sinh ấy được giải thoát.

Nhận xét này cũng gợi ta nhớ đến Bồ Tát Địa Tạng với đại nguyện cứu vớt hết thảy chúng sinh đang chịu khổ trong cảnh giới địa ngục. Vị Bồ Tát này với cây tích trượng và hạt minh châu trong tay, thường xuất hiện trong cảnh giới địa ngục để giúp những chúng sinh nơi đây phát khởi tâm thiện, và chính bằng cách này ngài cứu thoát được vô số chúng sinh ra khỏi những khổ não trong cảnh giới địa ngục.

Còn một khác biệt khác nữa giữa địa ngục với các cảnh giới khác mà chúng ta có thể nhận ra qua những mô tả trong kinh điển. Đó là, những chúng sinh trong cảnh giới địa ngục không thấy nói đến việc tiếp tục tạo nghiệp. Trong khi từ cõi trời cho đến các loài ngạ quỷ, súc sinh đều vẫn tiếp tục tạo nghiệp thiện ác trong đời sống của mình, thì những chúng sinh ở địa ngục không thấy mô tả việc này. Họ chỉ toàn là chịu đựng những khổ não do ác nghiệp đã tạo, mãi mãi cho đến khi những ác nghiệp đó vơi đi, và nhờ một tác nhân nào đó giúp họ sinh khởi được tâm thiện, họ mới có thể thoát ra khỏi cảnh giới này.

Những khác biệt lần lượt nêu trên đưa chúng ta đến một nhận xét chung: cảnh giới địa ngục theo như trong kinh điển mô tả là khác hẳn so với tất cả những cảnh giới khác. Đây là một cảnh giới tinh thần đặc biệt của những chúng sinh tạo nghiệp ác. Hay nói khác đi, đây không phải là một cảnh giới với những chủng loại chúng sinh khác nhau thác sinh trong đó và có đời sống cụ thể như cõi trời, cõi người cho đến súc sinh... mà là một cảnh giới tinh thần hiện hữu song song với mọi cảnh giới khác.

Ngay khi nào tâm thức của mỗi chúng sinh sa đọa vào các nghiệp ác, bị lôi cuốn bởi các tâm niệm tham lam, sân hận, si mê, tâm hồn họ sẽ bị chìm đắm bởi tác hại của những ác nghiệp đó và cảnh giới địa ngục lập tức xuất hiện. Và ngay khi nào tâm thức bừng tỉnh, nhận ra được các nghiệp ác và những tác hại của chúng, thiện tâm sẽ nhờ đó mà sinh khởi, và ngay lập tức cảnh giới địa ngục tan biến.

Một khi đã nhận rõ được sự hiện hữu của cảnh giới địa ngục ngay trong đời sống hiện tại này như thế nào, rõ ràng là chúng ta không còn cần thiết phải quan tâm đến việc có một địa ngục sau khi chết hay không. Bởi vì sự hiện hữu một địa ngục sau khi chết thật ra cũng phải là một điều khó hiểu, khó tin, mà chỉ đơn giản là sự kéo dài của những khổ não mà chúng ta đã không thoát ra khỏi được ngay trong đời sống hiện tại này.

Như đã nói, mỗi chúng ta đều sẵn có khả năng hướng thiện cũng như khả năng sa đọa, nên khi có được một nhận thức rõ ràng về địa ngục cũng như những nguyên nhân làm cho chúng ta sa đọa vào đó, chắc chắn không ai trong chúng ta lại có thể chọn con đường đi vào khổ não.

Bởi vậy, hết thảy những người đang chìm đắm trong đau khổ chỉ có thể là do họ *tự chọn lấy con đường như thế*. Và sự chọn lựa sai lầm này xuất phát từ việc không có một nhận thức đúng về đời sống và không đủ lòng tin vào lời dạy chân chánh của những bậc giác ngộ. Một khi tự mình không nhận biết đường đi, cũng không tin được vào người dẫn đường chân chánh, thì điều tất yếu không thể tránh khỏi là phải đi sai đường, lạc lối.

Khổ đau trong cuộc sống là điều không ai mong muốn. Nhưng hầu hết chúng ta đều chấp nhận điều đó là bởi vì chúng ta không nhận biết được rằng mọi khổ đau đều do chính chúng ta tự chuốc lấy. Những đau khổ trong thế giới vật chất này là do chính những nghiệp ác đã tạo của chúng ta mang lại, và những đau khổ trong thế giới tinh thần cũng không gì khác hơn là kết quả tất yếu của những tâm niệm bất thiện như tham lam, sân hận và si mê.

Vì thế, đời sống vật chất của chúng ta hôm nay không gì khác hơn là biểu hiện của những gì ta đã làm trong quá khứ. Những điều tốt đẹp luôn mang

Ai vào địa ngục?

lại những kết quả tốt đẹp, và ngược lại; như một phép tính chính xác mà không ai có thể làm thay đổi kết quả. Và song song với đời sống vật chất đó là một thế giới tinh thần với những vui buồn sướng khổ, như một sự phản chiếu chính những tâm niệm thiện ác của chúng ta trong đời sống.

Hiểu được điều này, chúng ta sẽ không bao giờ dại dột đánh đổi những niềm vui chân thật dài lâu của việc làm điều thiện để có được những niềm vui giả tạo tạm bợ do sự thỏa mãn vật chất mang lại.

Chúng ta có thể thực hiện những sự so sánh rất cụ thể để thấy được thế nào là một sự lựa chọn đúng đắn.

Hãy lấy một ví dụ. Có một người bạn đang gặp khó khăn và do đó nhờ bạn đứng ra lo liệu một sự việc quan trọng.

Sau khi thực hiện công việc, bạn có thể sẽ nói dối anh ta một cách dễ dàng về chi phí thực hiện công việc để qua đó thu về cho mình một món tiền lớn.

Nhưng bạn cũng có thể chân thành giúp đỡ anh ta trong lúc khó khăn ấy, và không cần tính toán đến cả công sức đã bỏ ra của mình, nói gì đến việc dối gạt anh ta để kiếm tiền?

Trong hai trường hợp, những gì được và mất của bạn có thể mang ra cân nhắc và so sánh một cách hoàn toàn cụ thể.

Trường hợp thứ nhất, về vật chất bạn kiếm được

một khoản tiền lớn, nhưng về tinh thần bạn không thể tránh khỏi phải trải qua những tâm trạng bất an: sự lo lắng về lời nói dối có thể bị phát hiện, và do đó kèm theo nhiều nỗ lực suy nghĩ, tính toán để che giấu sự thật, có thể phải kéo theo nhiều hành vi lừa dối khác nữa. Và khi sự lừa dối đã thành công, bạn cũng không thể có một tâm trạng thanh thản, do những ray rứt trong nội tâm về khoản tiền kiếm được không chính đáng. Tâm hồn bạn ngay trong lúc này phải chất chứa thêm một *"trọng lượng"* đáng kể làm cho nó trở nên *"trĩu nặng"* hơn trước đó. Và sự tích lũy của những *"trọng lượng"* tương tự như thế này chính là nguyên nhân nhấn chìm bạn vào cảnh giới khổ đau của tinh thần, đánh mất đi sự thanh thản vốn có của tinh thần. Vì thế, điều bạn có được trong trường hợp này không sao bù đắp lại những gì bạn mất đi!

Trong trường hợp thứ hai, khi bạn chọn lựa một sự giúp đỡ chân thành, có thể là đời sống vật chất của bạn sau đó có kém hơn đôi chút. Nhưng với tâm niệm giúp đỡ bạn bè, chắc chắn bạn không thể lấy đó làm một sự buồn phiền. Ngược lại, bạn còn có được một niềm vui nhẹ nhàng với cảm giác hài lòng, thỏa mãn vì đã làm được một việc nên làm. Sự chọn lựa này vừa mang lại cho bạn thêm một phần thanh thản trong đời sống tinh thần, vừa cứu bạn thoát khỏi mối nguy cơ sa đọa vào tội lỗi. Vì thế, điều bạn mất đi trong trường hợp này là quá nhỏ nhoi không đáng kể so với những gì bạn có được.

Khi một người chọn lựa khả năng thứ nhất trong trường hợp này, chỉ có thể là do họ *không hiểu* hoặc *không tin* được vào những gì vừa nói trên. Và cả hai nguyên nhân - không hiểu hoặc không tin - đều là xuất phát từ sự si mê, thiếu trí tuệ. Bởi vì khi một người có đủ trí tuệ để phán đoán đúng về sự việc thì người đó không thể không hiểu hoặc không tin vào sự thật.

Vì thế, điều chắc chắn là chúng ta hoàn toàn có thể quyết định được việc tự thân có sa đọa hay không. Ta chỉ mất đi khả năng tự quyết này khi không có đủ trí tuệ sáng suốt, bởi vì khi ấy ta sẽ chịu sự lôi cuốn, sai sử của những tâm niệm bất thiện như tham lam, sân hận và si mê.

Địa ngục hiện hữu ngay trong cuộc sống này. Đó là sự thật mà mỗi chúng ta đều có thể nhận ra khi quán sát nội tâm của chính mình. Ngay khi một tâm niệm bất thiện khởi lên, cánh cửa địa ngục sẽ mở ra chờ đón chúng ta. Và ngược lại, ngay khi một tâm thiện khởi lên thì cửa địa ngục cũng tự nhiên khép lại.

Có lần, một kiếm khách ngang tàng tìm đến thiền sư Bạch Ẩn để đặt câu hỏi về việc có địa ngục và thiên đường hay không. Thiền sư không trả lời, chỉ hỏi lại anh ta: *"Anh là ai?"* Anh ta đáp: *"Tôi là một kiếm khách."* Thiền sư cười nhạt và mạt sát: *"Anh mà là kiếm khách à? Tôi nhìn anh giống một người ăn xin hơn."* Anh chàng ngay lập tức nổi giận và rút gươm ra khỏi vỏ, xông đến. Thiền sư nhoẻn miệng cười và nói: *"Cửa địa ngục đang mở."* Chàng trai ngay khi ấy nhận ra ý nghĩa câu nói của thiền sư, liền tra gươm vào vỏ và cung kính vái lạy. Thiền sư lại nói: *"Cửa địa ngục đã khép, cửa thiên đường đang mở."*

Mỗi ngày, nếu chúng ta bình tâm xét lại những tư tưởng, lời nói và việc làm của mình, chúng ta sẽ dễ dàng nhận ra là có rất nhiều lần cửa địa ngục hé mở. Thậm chí có những lần chúng ta đã bước hẳn vào trong đó. May thay, cũng chỉ cần quay lưng về phía địa ngục là ngay lập tức chúng ta có thể nhìn thấy cửa thiên đường!

Tuy nhiên, chúng ta sẽ không có nhiều cơ hội nữa một khi đời sống này chấm dứt. Và nếu như ngay trong cuộc sống này, chúng ta không thể vĩnh viễn khép lại cánh cửa địa ngục, thì rõ ràng là chúng ta không thể tránh khỏi một tương lai u ám. Vì thế, một người khôn ngoan sẽ không thể chờ đợi lâu hơn nữa, mà ngay trong giây phút hiện tại này của đời sống phải biết nỗ lực hết sức để vĩnh viễn thoát ra khỏi những nỗi khổ của tâm hồn. Và để làm điều đó, không có cách nào khác hơn là phải trừ diệt đi ba yếu tố độc hại là tham lam, sân hận và si mê, như chúng ta đã đề cập đến trong một phần trước đây.

Nhất thiết duy tâm tạo

Kinh Hoa Nghiêm dạy rằng: "Nếu ai muốn hiểu rõ được về hết thảy các đức Phật trong ba đời quá khứ, hiện tại và tương lai, thì nên quán xét tánh thật của các pháp trên thế gian này tất cả đều là do tâm tạo thành." (若人欲了知, 三世一切佛, 應觀法界性, 一切唯心造。 - *Nhược nhân dục liễu tri, tam thế nhất thiết Phật, ưng quán pháp giới tánh, nhất thiết duy tâm tạo.*)

Nói rằng tánh thật của các pháp *tất cả đều do tâm tạo thành,* có thể là trừu tượng và do đó có phần khó hiểu đối với một số người. Nhưng chính cái *"trừu tượng và khó hiểu"* này lại là một trong những điểm cốt tủy của đạo Phật, và cũng là phần giáo lý thiết thực nhất có thể mang lại sự giải thoát, an lạc ngay trong hiện tại cho những ai hiểu rõ, tin nhận và hành trì.

Tuy nhiên, nói là *"trừu tượng và khó hiểu"*, thật ra chỉ là đối với những ai mới tiếp xúc thoáng qua mà thôi. Nếu có một sự chiêm nghiệm sâu sắc, hầu như bất cứ ai cũng có thể nhận hiểu được ý nghĩa của lời dạy này, cho dù mức độ nhận hiểu và thực hành có thể là khác nhau ở mỗi người.

Có bao giờ bạn quan sát cuộc sống của những người mù? Đối với họ, ánh sáng, màu sắc, hình ảnh đều không còn có giá trị phân biệt gì nữa. Vì thế, ngày và đêm đối với họ là như nhau, sáng và tối không có gì khác, và hết thảy màu sắc, hình ảnh đều không còn được họ nhận biết. Và nếu là những người mù từ lúc mới sinh ra, thì những khái niệm về màu sắc, ánh sáng, hình ảnh đối với họ chính là những khái niệm không thể nắm bắt, hình dung được!

Tương tự như vậy, khi một người bị điếc thì mọi âm thanh cũng không còn có giá trị nhận biết, phân biệt. Bạn không thể bàn luận với người ấy về những âm thanh hay, dở, to, nhỏ... bởi vì đối với họ thì tất cả những tính chất ấy xem như không hiện hữu.

Và nếu chúng ta truy xét đến tận cội nguồn của các giác quan: mắt, tai, mũi, lưỡi, thân, ý,[1] chúng ta sẽ nhận ra rằng sở dĩ mỗi giác quan ấy có thể hoạt động, giúp ta giao tiếp với các đối tượng tương ứng như hình sắc, âm thanh, mùi vị... đó là nhờ có một *"năng lực nhận biết"* bao trùm tất cả, hiểu được tất cả. Không có *"năng lực nhận biết"* này, người có mắt sáng cũng như mù, có tai cũng như điếc... bởi thật ra thì hết thảy các giác quan như *mắt, tai, mũi, lưỡi, thân, ý* cũng đều chỉ là những ứng dụng khác nhau của cái *"năng lực nhận biết"* đó. Điều này giải thích vì sao khi một người bị mù thì thính giác và xúc giác sẽ tự nhiên phát triển tốt hơn, giúp họ bù đắp lại phần nào khả năng giao tiếp với môi trường, chẳng hạn như để nhận biết đường đi, đối tượng...

Khi một người ngủ rất say, cho dù các giác quan của anh ta hoàn toàn bình thường, nhưng lúc đó anh ta sẽ không nhận biết được ánh sáng, âm thanh, mùi

---

[1] Gọi chung là sáu căn, là sáu cửa ngõ giao tiếp của con người.

hương... ở quanh mình. Vì sao vậy? Vì các giác quan tuy vẫn bình thường, nhưng *"năng lực nhận biết"* của anh ta đang tạm thời không hiển lộ.

Như vậy, chính nhờ có *năng lực nhận biết* này mà chúng ta mới có thể vận dụng được các giác quan trong sự giao tiếp với môi trường. Khi mắt tiếp xúc với hình sắc, sự nhận biết này biểu hiện thành *nhãn thức* (眼識), hay cái biết của mắt. Khi tai tiếp xúc với âm thanh, sự nhận biết này biểu hiện thành *nhĩ thức* (耳識), hay cái biết của tai. Khi mũi tiếp xúc với mùi hương, sự nhận biết này biểu hiện thành *tị thức* (鼻識), hay cái biết của mũi. Khi lưỡi tiếp xúc với vị nếm, sự nhận biết này biểu hiện thành *thiệt thức* (舌識), hay cái biết của lưỡi. Khi thân tiếp xúc, đụng cọ với mọi đối tượng mềm, cứng, trơn, nhám... sự nhận biết này biểu hiện thành *thân thức* (身識), hay cái biết của thân, cũng gọi là xúc giác. Khi ý tiếp xúc với các ý tưởng, các pháp, sự nhận biết này biểu hiện thành *ý thức* (意識), hay cái biết của ý.

Như vậy, sự biểu hiện của năng lực nhận biết ở *sáu căn* tạo thành *sáu thức*, và các đối tượng nhận biết như hình sắc, âm thanh, mùi hương... cho đến các đối tượng của ý được gọi chung là *sáu trần*.

Trong sáu thức vừa kể trên thì *ý thức* là đặc biệt nhất, bởi tính chất hoạt động của nó liên quan đến tất cả các thức kia. Chẳng hạn, khi mắt nhìn thấy các hình sắc thì hoạt động của *nhãn thức* chỉ đơn thuần là *nhận biết* hình sắc ấy mà thôi. Trên cơ sở *sự nhận biết* của nhãn thức, *ý thức* mới khởi lên sự phân biệt, đánh giá về đối tượng, chẳng hạn như xanh, đỏ, đẹp, xấu... Chính do nơi sự phân biệt, đánh giá của ý thức mà chúng ta mới hình thành những cảm xúc như sự ưa thích hay chán ghét... đối với đối tượng.

Vì tính chất bao quát và quan trọng của ý thức, nên chúng ta rất dễ cho rằng ý thức chính là *"ông chủ"* của mọi hoạt động. Sự thật thì ý thức cũng chỉ là một trong *sáu thức*, và do đó cũng chỉ tồn tại trong mối quan hệ tương quan giữa *căn* và *trần* như trên đã nói. Khi tách rời mọi đối tượng của *ý*, ta không thể hình dung được sự hoạt động của *ý thức*. Hơn nữa, ngay trong khi ý thức đang hoạt động, ta vẫn có thể nhận ra được một năng lực nhận biết có khả năng *"nhận biết mọi hoạt động của ý thức"*.

Để nhận rõ điều này, chúng ta chỉ cần ngồi yên trong một thời gian ngắn, tập trung sự chú ý quan sát của mình vào dòng tư tưởng, vào những ý nghĩ đang diễn ra trong nội tâm. Khi ấy, ta sẽ nhận ra rằng ngoài cái *"tôi"* đang tư duy, còn có một cái *"tôi"* có thể tách biệt ra và nhận thức được cái *"tôi"* đang tư duy kia.

Điều này thật ra có ý nghĩa gì? Chính là một bằng chứng cho thấy cái dòng tư tưởng thường ngày vẫn chi phối mọi hoạt động của chúng ta thật ra không phải do *ý thức* làm chủ. Ý thức cũng chỉ là một trong *sáu thức*, và vì thế, cũng tương tự như năm thức kia, nó chỉ hoạt động được là nhờ có một năng lực nhận biết biểu hiện ra ở nó.

Khi chúng ta chưa hiểu được điều này, chúng ta dễ dàng chấp nhận mọi sự thôi thúc, sai khiến do *ý thức* đưa ra, khiến cho năm thức còn lại đều phải chịu sự chi phối và sai khiến của nó. Sự chi phối và sai khiến ấy diễn ra như thế nào? Khi mắt (*căn*) tiếp xúc với hình sắc (*trần*) và sự thấy hình thành, *ý thức* lập tức nảy sinh sự phân biệt và đánh giá về đối tượng, phân loại đó là đẹp hay xấu, đáng yêu hay dễ ghét... Do nơi sự phân biệt và đánh giá của ý thức, sự nhận biết của nhãn thức liền không còn đơn thuần chỉ là nhận biết nữa, mà nảy sinh sự mê đắm hoặc chán ghét đối với từng đối tượng. Từ đó, chúng ta bắt đầu có sự say mê, yêu thích, chạy theo những hình sắc xinh đẹp, thích ý, và chê chán những hình sắc xấu xí, thô thiển...

Như vậy, bản thân đối tượng vốn không có những thuộc tính như đáng yêu hay đáng ghét, nhưng qua sự chi phối và sai khiến của ý thức, chúng ta mới rơi vào sự mê đắm hình sắc.

Tương tự, với các đối tượng khác như âm thanh, mùi ngửi, vị nếm, những xúc chạm của thân thể, sự mê đắm của chúng ta đều được hình thành theo cách đó. Trong kinh thường gọi *sáu thức* là *sáu tên giặc* (六賊 - *lục tặc*), chính là do ý nghĩa này. Và những ai chấp nhận sự chi phối, sai khiến, buông thả *sáu căn* chạy theo *sáu trần* được gọi là "*nhận giặc làm con*" (認賊為子 - *nhận tặc vi tử*). Bởi chính do nơi đây mà chúng ta thực hiện tất cả mọi hành vi tạo tác các nghiệp thiện ác, chính do nơi đây mà chúng ta mê đắm không nhận ra được bản chất thực sự của đời sống.

Nhưng cũng có thể nói rằng việc kết tội *sáu thức* là có phần nào oan uổng. Bởi chính sự mê đắm, chạy theo trần cảnh mới là thủ phạm thôi thúc, xúi giục chúng ta tạo nghiệp. Còn bản thân sự nhận biết sáng suốt của sáu thức vốn dĩ không có gì sai trái! Chính là khi hiểu được điều này, ta mới có thể ngay tức thời dừng lại mọi cuộc săn đuổi của *sáu thức*, buông bỏ mọi đối tượng thuộc về *trần cảnh*; và ngay khi đó *sáu thức* trở thành sáng suốt, trong sạch, đồng một thể tánh với cái *năng lực nhận biết* đã hiển lộ ở nơi chúng. Hay nói khác đi, *sáu thức* vốn không thực có, mà chỉ là sự biểu hiện của một sự sáng suốt duy nhất mà thôi!

Vì thế, khi chúng ta mê đắm một đối tượng nào đó thì sự mê đắm ấy là ở nơi ta chứ không phải là *thuộc tính* của đối tượng. Và cuộc sống của chúng ta thông thường là sự tiếp nối của vô số những đối tượng làm ta mê đắm, nên việc nhận biết được điều này là cực kỳ quan trọng, vì nó có thể giải thoát chúng ta ra khỏi sợi dây ràng buộc từ muôn kiếp, giúp ta trở thành người tự do, tự tại!

Điều này giải thích vì sao một đối tượng có thể làm cho người nào đó say mê đến điên cuồng nhưng lại chẳng có sức cuốn hút nào đối với một người khác. Bởi vì sự say mê đó vốn dĩ hoàn toàn không phải là *thuộc tính* của đối tượng.

Đến đây, chúng ta có thể nhận ra được rằng, đối

với mỗi người thì sự hiện hữu của cả thế giới này vốn dĩ chỉ có thể có được nhờ vào năng lực nhận biết. Không có cái *"biết"* của ta thì thế giới này xem như không hiện hữu đối với ta, cũng như *hình sắc* không hiện hữu đối với *người mù*, *âm thanh* không hiện hữu đối với *người điếc*...

Rất có thể bạn sẽ thấy có phần khó hiểu ở điểm này. Người mù không nhận biết hình sắc, nhưng hình sắc vẫn tồn tại đấy thôi! Người điếc không nhận biết âm thanh, nhưng đâu phải vì thế mà âm thanh không hiện hữu? Tương tự, bạn có thể nghĩ rằng, cho dù bản thân ta có *"biết"* hay *"không biết"* thì thế giới này vẫn đang hiện hữu chứ không thể vì thế mà biến mất!

Vấn đề ở đây là, chúng ta đang nói đến sự hiện hữu *"đối với"* chúng ta, không phải đối với những người khác. Đúng là hình sắc vẫn tồn tại, cho dù một người mù không nhận biết được. Nhưng bạn hãy thử suy nghĩ xem, đối với một người bị mù từ lúc mới sinh ra, cho dù thế giới này có hàng tỷ người sáng mắt, liệu có thể nào làm cho người mù ấy hiểu được thế nào là *"màu đỏ"* hay chăng? Vậy đối với người mù ấy, *màu đỏ* có hiện hữu hay chăng?

Tương tự, cho dù thế giới mà ta đang sống có vẻ như vẫn luôn hiện hữu bất chấp sự nhận biết hay không của ta, nhưng thật ra thì sự hiện hữu ấy chỉ có giá trị đối với ta một khi ta nhận biết được nó. Và do đó, tính chất thật sự của thế giới ấy bao giờ cũng do chính bản tâm ta tạo ra.

Khi một đức Phật thành đạo, cả thế giới trở nên trang nghiêm thanh tịnh. Tuy nhiên, đối với những chúng sinh còn mê tối thì thế giới vẫn đầy dẫy những điều cấu uế, bất tịnh. Trong kinh *Duy-ma-cật*, Phật bảo ngài *Xá-lỵ-phất* rằng:

"*Xá-lỵ-phất!* Do tội của chúng sinh, nên họ chẳng thấy quốc độ của Như Lai trang nghiêm thanh tịnh, chẳng phải lỗi của Như Lai. *Xá-lỵ-phất!* Cõi thế giới này của ta là thanh tịnh, nhưng ngươi chẳng thấy được như vậy."[1]

Và ý nghĩa này được tóm gọn vào một câu cũng trong kinh *Duy-ma-cật*: "*Tùy tâm thanh tịnh, ắt cõi Phật thanh tịnh.*" (隨其心淨則佛土淨 - *Tùy kỳ tâm tịnh tắc Phật độ tịnh.*)

Cõi Phật ở đây chính là thế giới mà mỗi chúng ta đang cảm nhận, nhìn thấy trong đời sống. Một khi tâm thức ta được thanh tịnh, thế giới ấy sẽ được thanh tịnh. Như vậy, rõ ràng là "*thanh tịnh*" hay "*bất tịnh*" đều không phải là những *thuộc tính* vốn có của thế giới. Những tính chất ấy đều do nơi tâm thức của ta mà có. Và chính do đây mà chúng ta có thể hiểu được thế nào là "*nhất thiết duy tâm tạo*".

Và cái "*tâm*" mà chúng ta đang nói đến thật ra không phải là gì khác mà chính là cái *năng lực nhận biết* sáng suốt đã hiển lộ qua *sáu căn* thành *sáu thức*. Trong nhiều kinh sách, cái gọi là "*năng lực nhận*

---

[1] Kinh *Duy-ma-cật*, quyển thượng, phẩm thứ nhất: Cõi Phật, trang 53 - bản dịch Việt ngữ của Đoàn Trung Còn & Nguyễn Minh Tiến, Nxb Tôn giáo.

biết" này được gọi bằng rất nhiều tên khác nhau, đơn giản chỉ là vì không một tên gọi nào có thể được xem là hoàn toàn nói rõ được nó, mà tất cả đều chỉ được tạm dùng trong những trường hợp nhất định để mô tả về một điều vốn thật ra là chỉ có thể nhận hiểu mà không thể mô tả được. Những tên gọi khác nhau ấy có thể là "*cái biết*", có thể là "*chân như*", có thể là "*thật tánh*", có thể là "*chân tâm*", có thể là "*chân tánh*"... và rất nhiều tên gọi khác nữa. Tuy nhiên, dù gọi bằng bất cứ tên gọi nào, điều đó cũng không quan trọng. Vấn đề quan trọng nhất chính là nhận biết và tách rời được nó ra khỏi *ý thức* hư vọng vốn luôn là cái bóng của pháp trần. Và khi chúng ta có thể làm được điều đó, thì ngay chính ý thức tự nó cũng không còn tồn tại, mà sẽ trở thành sự hiển lộ sáng suốt của chân tâm.

Sự phân biệt giữa *ý thức hư vọng* và *chân tâm* chính là giới hạn mà khoa học chưa thể vượt qua. Bởi vì mỗi sự nhận biết của giác quan đều có một "*trú xứ*" cụ thể, chẳng hạn như sự nhận biết của mắt hay *nhãn thức* nằm ở mắt, sự nhận biết của tai hay *nhĩ thức* nằm ở tai... Cho đến sự nhận biết của ý hay *ý thức* vẫn được xem là nằm ở bộ óc. Trong khi đó, *năng lực nhận biết* hay chân tâm mà chúng ta vừa đề cập đến quả thật không có một "*trú xứ*" nhất định, nhưng đồng thời *mắt, tai, mũi, lưỡi*... lại đều có thể xem là *trú xứ* của nó, bởi đó chính là sự hiển lộ của nó chứ không phải là gì khác.

Vì không nhận biết được sự hiện hữu của một

chân tâm, nên việc tin nhận về một sự tồn tại sau khi chết là điều rất khó. Bởi vì khi mắt, tai, mũi... cho đến bộ óc đều hư hoại sau khi chết, thì dựa vào đâu để có được một sự tồn tại? Ngược lại, nếu chúng ta nhận biết rằng ***nhãn thức*** cho đến ***ý thức*** vốn không thật có, chỉ là sự hiển lộ của một ***chân tâm*** sáng suốt, thì sự hoại diệt của chúng hoàn toàn không thể đồng nghĩa với sự hoại diệt của ***chân tâm***. Tuy nhiên, làm thế nào để nhận biết được sự hiện hữu của ***chân tâm***, hay nói theo ngôn ngữ của nhà thiền là "***kiến tánh***", lại là một chủ đề khá rộng. Vì thế, điều tất nhiên là chúng ta không thể đề cập đến trong phạm vi của tập sách này.

Thay lời kết

Thuở nhỏ, tôi rất sợ ma. Thỉnh thoảng, anh tôi thường sai tôi đi mua một bao thuốc lá hoặc cục nước đá ở một quán nhỏ cuối xóm. Đường đi băng qua khoảng đất trống vắng vẻ dài khoảng vài trăm mét, và quả thật là một cực hình cho tôi khi những chuyến đi ấy rơi vào ban đêm.

Tôi còn nhớ, để xua đi nỗi sợ của mình, tôi thường lắc cục nước đá trong cái ca nhôm lớn để phát ra tiếng kêu lanh canh khi chạy băng qua khoảng đất vắng. Nhưng sự thật thì cách ấy cũng không làm cho tôi bớt sợ. Vì thế, tôi thường dừng lại một lát ở đầu khoảng đất trống để lấy sức, rồi "*chạy như ma đuổi*" qua khoảng trống đó, mắt nhìn xuống đoạn đường ngay trước mắt mà không dám liếc quanh hay ngẩng lên, cho tới khi đến được ngôi nhà đầu tiên có ánh đèn ở phía bên kia khoảng đất trống mới dừng lại thở hổn hển vì mệt.

Tâm trạng sợ sệt đó kéo dài cho đến một ngày kia, khi tôi cảm thấy căng thẳng đến mức không chịu nổi và quyết định... không sợ nữa. Lần ấy, tôi cũng dừng lại ở đầu khoảng đất trống, nhưng không phải để lấy sức chạy, mà là chuẩn bị một tâm trạng hết sức bình tĩnh, rồi sau đó tôi chậm rãi đếm từng bước trên đoạn đường "*ghê rợn*" đó. Trong đêm tối tôi vẫn nhìn ra được từng gốc cây, từng đoạn rào hai bên ven đường. Tôi chầm chậm bước đi và tự nhủ trong lòng: "Nếu có gì *xảy ra* thì cứ xảy ra đi, để xem *nó* đáng sợ đến mức nào, còn hơn là ngày nào cũng phải sợ."

Tất nhiên là chẳng có gì xảy ra trên đường cả, nhưng trong lòng tôi thì thực sự đã có sự chuyển biến. Sau lần đó, tôi không còn *"sợ ma"* khi đi qua khoảng đất trống ấy vào ban đêm nữa. Vì tôi nhận ra được rằng sự sợ hãi của mình trước đó là hoàn toàn vô căn cứ!

Trong đời sống, mỗi chúng ta đều đã từng hoặc đang *"sợ ma"*. Chỉ có điều là *"con ma"* của mỗi người không giống nhau. Có thể đó là một nỗi khiếp sợ không duyên cớ đã hình thành từ thuở nhỏ và đeo đuổi chúng ta, cũng có thể là một vấn đề nào đó mà ta chưa từng đối mặt... Nhưng phổ biến nhất là nỗi lo sợ về những gì sẽ xảy đến cho chúng ta trong cuộc sống, bởi ta không có gì để đảm bảo được là cuộc sống sẽ luôn xuôi chèo mát mái...

Mỗi người chúng ta đều có thể tự phân tích nội tâm để nhận ra *"con ma"* mà ta đang sợ. Và cho dù có vô số *"con ma"* khác nhau trong cuộc sống này, nhưng vẫn luôn có một điểm chung là chúng thật ra không hề đáng sợ nếu chúng ta dám một lần đối diện với chúng.

Xin đừng hiểu nhầm là tôi đang phủ nhận một sự hiện hữu nào đó sau khi chết. Thứ nhất, ở đây tôi không đề cập đến điều đó. Thứ hai, cũng giống như tất cả những người khác còn đang sống, tôi hoàn toàn không có khả năng đưa ra một sự *xác nhận* hay

Thay lời kết

phủ nhận vấn đề này. Điều tôi đang đề cập đến chỉ đơn giản là cái tâm trạng *"sợ ma"* mà hầu hết chúng ta đều đã từng trải qua khi còn nhỏ, và thậm chí vẫn còn khá phổ biến ngay trong thế giới của những người trưởng thành. Khi chúng ta *"sợ ma"* như thế, ta luôn hình dung có một *"con ma"*, trong khi thực tế thì ta chưa bao giờ nhìn thẳng nội tâm và phân tích xem *"con ma"* ấy là gì?

Khi tổ *Đạt-ma* lần đầu tiên gặp Thần Quang, vị này đã khẩn thiết chặt tay cầu đạo, mong được nghe những lời chỉ dạy từ Tổ sư. Được Tổ sư nhận lời, Thần Quang liền thưa hỏi: *"Tâm con không an, nhờ thầy an tâm cho."* (弟子心不安, 乞師與我安心 。- *Đệ tử tâm bất an. Khất sư dữ ngã an tâm.*)

Tổ sư nói: *"Ngươi đưa tâm ra đây, ta an tâm cho ngươi."* (將心來我與你安 。- *Tương tâm lai ngã dữ nhĩ an.*)

Thần Quang sau một lúc suy nghĩ đáp: *"Con tìm tâm khắp nơi mà không được."* (覓心了不可得 。- *Mịch tâm liễu bất khả đắc.*)

Tổ sư nói: *"Ta an tâm cho ngươi xong rồi đó."* (我與你安心竟 。- *Ngã dữ nhĩ an tâm cánh.*)[1]

Thần Quang nhân đó bừng hiểu được vấn đề, được Tổ sư đổi tên cho là Huệ Khả (慧可), sau làm Tổ thứ hai của Thiền tông Trung Hoa.

Khi chúng ta ôm trong lòng những nỗi sợ hãi vô

---

[1] Dẫn theo *Tục đăng chánh thống* (續燈正統) quyển 37.

căn cứ, tâm chúng ta luôn ở trong trạng thái bất an. Chúng ta chạy quanh tìm kiếm những giải pháp này nọ để xua tan đi nỗi lo sợ, bất an của mình. Khi không làm được điều đó, chúng ta hốt hoảng cầu cứu nơi người khác. Nhưng sự thật là không ai có thể giúp ta được điều gì cả, bởi những nỗi sợ đó chỉ là của riêng ta. Cách duy nhất để giải quyết vấn đề là ta phải tự mình đối mặt với nó.

Khi Tổ *Đạt-ma* bảo Thần Quang "*đưa tâm ra đây*", thì yêu cầu này của ngài đồng nghĩa như một câu hỏi quật thẳng vào vấn đề: "*Sự bất an của ông là gì? Thật ra thì ông đang lo sợ điều gì?*" Và Thần Quang ngay đó đã hiểu được ý chỉ của Tổ sư, quay về tự tâm để nhìn thấy được rằng sự bất an, những nỗi lo sợ của mình vốn là không thật có. Ngay khi ông đối mặt và nhận ra điều này, Tổ sư liền xác định: "*Ta an tâm cho ngươi xong rồi.*"

Thiên đường, địa ngục, việc lành, việc dữ... những điều đó luôn quay quất trong ta từ khi bắt đầu có được nhận thức đầy đủ về cuộc sống. Cho dù ta luôn mong muốn vươn lên hoàn thiện, nhưng trong đời sống thực tế này, ta không tránh khỏi những lúc lỗi lầm. Thường xuyên tạo tác các nghiệp thiện ác trong đời sống, nên ta không sao tránh khỏi tâm trạng bất an do những hành vi của mình mang lại. Vì thế, ngay cả khi ta hướng đến việc làm lành lánh dữ thì điều đó cũng chưa đảm bảo giải tỏa được mọi nỗi lo sợ, bất an trong lòng ta. Điều chúng ta cần đến là một nhận thức đúng và đầy đủ về mọi hành vi của

Thay lời kết

mình cũng như kết quả của chúng. Do đó, chúng ta cần học biết phép *an tâm*.

Khi nói rằng "*nhất thiết duy tâm tạo*", điều đó không có nghĩa là ta có thể thổi vào một nắm cát để hóa thành lầu đài cung điện như trong những câu chuyện thần kỳ, cổ tích, mà điều đó thực sự có nghĩa là tính chất của cuộc sống này, thế giới này là hoàn toàn do tâm ta tạo ra. Mọi việc thiện ác là do ta quyết định, vì thế mà hậu quả của chúng cũng sẽ do chính ta nhận lãnh. Tuy nhiên, bởi vì "*nhất thiết duy tâm tạo*" cho nên vấn đề quan trọng nhất không phải là chúng ta chỉ biết làm thiện, mà là chúng ta phải biết tu dưỡng để có một tâm thiện. Khi đã có tâm thiện thì mọi việc làm lớn nhỏ, nhất cử nhất động của ta đều sẽ là việc thiện, đều sẽ hướng đến sự lợi lạc cho hết thảy mọi người. Khi đó, chỉ cần quay về quán sát tự tâm là ta sẽ lập tức được an tâm, bởi không một nỗi bất an, một sự sợ hãi nào thực sự tồn tại trong tâm ta. Ngược lại, nếu ta vẫn nuôi dưỡng ba tâm độc (*tham, sân, si*), thì dù suốt ngày làm rất nhiều việc thiện mà vẫn không thực sự có được tâm thiện, và do đó cũng sẽ không bao giờ đạt được sự an tâm, bởi trong tâm ta luôn tồn tại những nỗi bất an, những sự lo lắng, sợ hãi.

Khi Lương Võ Đế lần đầu tiên gặp Tổ *Đạt-ma* đã hỏi rằng: "Trẫm từ khi lên ngôi đến nay, xây chùa, chép kinh, độ tăng, nhiều không kể xiết, có công đức gì không?" (朕即位以來,造寺寫經度僧,不可勝紀,有何功德。- *Trẫm tức vị dĩ lai, tạo tự tả kinh độ tăng, bất khả thắng kỉ, hữu hà công đức?*) Tổ sư đáp: "Đều không có công đức." (並無功德。 – *Tịnh vô công đức.*)

Làm vô số việc thiện mà tâm chưa thuần thiện! Do đó mà vị vua này mới quan tâm đến việc "*có*" hay "*không có*" công đức. Nếu tâm tham đã trừ dứt, làm sao còn có sự tham cầu phước báo, công đức? Tổ sư vì muốn giúp nhà vua hiểu được chỗ này nên mới nói là "*không có công đức*". Tiếc là Lương Võ Đế không hiểu được ý Tổ sư, nên sau đó ngài đã chia tay với vị vua này.

Khi chúng ta hiểu được điều này, thì vấn đề không phải là ta có đủ khả năng để làm nhiều việc thiện lớn lao hay chăng, mà quan trọng nhất chính là ta có tu dưỡng được tâm thiện hay không, có trừ dứt được ba tâm độc tham, sân, si hay không?

Vào thời đức Phật còn tại thế, có bà già nghèo phát tâm cúng dường một đèn dầu trong dịp lễ cúng rất lớn do nhà vua tổ chức. Sau khi lễ cúng hoàn tất, các vị tỳ-kheo dọn dẹp lễ đàn, thổi tắt các ngọn đèn, chỉ riêng một ngọn đèn thắp bằng số dầu do bà lão cúng dường là không sao thổi tắt được. Các vị lấy làm lạ lùng, liền thưa hỏi đức Phật. Phật dạy rằng, do tâm chí thành của bà lão, nên ngọn đèn ấy không thể tắt được, mà còn chiếu sáng khắp mười phương. Hơn thế nữa, đức Phật còn thọ ký cho bà lão nghèo khổ ấy, do công đức cúng dường đèn dầu hôm nay mà về sau sẽ thành tựu quả Phật.

Thay lời kết

Cúng dường một đèn dầu nhỏ nhoi mà công đức lớn như thế, trong khi xây chùa, chép kinh, độ tăng, số nhiều vô kể, lại không có công đức. Ý nghĩa của vấn đề chính là ở chỗ này. Lương Võ Đế nắm cả thiên hạ trong tay, nên việc làm của ông tuy lớn lao nhưng chưa phải là khó khăn, tâm lượng nhà vua lại nhỏ hẹp, chưa thoát khỏi sự tham cầu công đức, vì thế mà kết quả của việc làm ấy là rất hạn chế. Bà lão nghèo khó, kiếm được một đèn dầu không phải chuyện dễ dàng, nhưng chí thành phát tâm cúng dường Tam bảo, không một niệm tham cầu pha tạp. Lòng bà trong sạch sáng suốt, tâm lượng rộng lớn nên cảm ứng đến kết quả việc làm, khiến cho ngọn đèn của bà thổi không thể tắt, lại còn chiếu sáng khắp mười phương. Do tâm chí thành ấy mà được Phật thọ ký quả Phật trong tương lai.

Do đó mà suy ra, nếu chúng ta may mắn được giàu sang, có thể làm được những việc thiện lớn lao, cũng nên xét lại sự phát tâm trong khi làm những việc ấy. Do tâm thiện mà khởi làm, thì kết quả tốt đẹp chắc chắn không còn phải nghi ngờ gì nữa. Nhưng nếu do tham cầu danh tiếng hoặc xuất phát từ những nguyên nhân, động lực nào khác, thì kết quả chắc chắn sẽ vô cùng hạn chế. Ngược lại, nếu chúng ta không may có một cuộc sống khó khăn, tay làm hàm nhai, vất vả qua ngày, thì điều đó cũng không có nghĩa là ta không thể phát khởi và nuôi dưỡng tâm thiện. Cho dù sự thể hiện qua việc làm của chúng ta có thể rất nhỏ nhoi, nhưng kết quả vẫn là rất lớn!

Thiên đường, địa ngục đều là những khái niệm do con người tạo ra. Chúng ta cũng không cần thiết phải quan tâm đến việc những nơi ấy có thật sự hiện hữu hay không. Vấn đề đã được làm sáng tỏ chính là dựa vào những gì chúng ta đang cảm nhận ngay hôm nay, trong cuộc sống này. Khi bạn trừ dứt được những tâm niệm tham lam, sân hận và si mê, tâm hồn bạn sẽ luôn có được trạng sáng suốt, thanh thản và tràn đầy những niềm vui nhẹ nhàng, thanh thoát. Khi ấy chính là thiên đường đang hiện hữu trong cuộc sống, và cánh cửa địa ngục chắc chắn phải vĩnh viễn khép lại sau lưng bạn. Ngược lại, mỗi một tâm niệm tham lam, sân hận, si mê khi khởi lên trong lòng bạn đều kết thành những hoa trái của khổ đau, và bạn sẽ không cần phải thắc mắc về một địa ngục ở đâu xa, vì quả thật là có một địa ngục đang hiện hữu ngay trong lòng bạn!

MỤC LỤC

Thư ngỏ 5
Dẫn nhập 11
Thiên đường và địa ngục 15
Đường lên thiên giới 27
Sự trói buộc của luyến ái 31
Những tâm hồn trĩu nặng 37
Chữ tâm kia mới bằng ba 50
Địa ngục ở đâu? 59
Xa rời địa ngục 64
Ai vào địa ngục? 78
Nhất thiết duy tâm tạo 91
Thay lời kết 101

Lời thưa

Trong kinh Pháp Cú, đức Phật dạy rằng: "Pháp thí thắng mọi thí." Thực hành Pháp thí là chia sẻ, truyền rộng lời Phật dạy đến với mọi người. Mỗi người Phật tử đều có thể tùy theo khả năng để thực hành Pháp thí bằng những cách thức như sau:

1. Cố gắng học hiểu và thực hành những lời Phật dạy. Tự mình học hiểu càng sâu rộng thì việc chia sẻ, bố thí Pháp càng có hiệu quả lớn lao hơn. Nên nhớ rằng **việc đọc sách còn quan trọng hơn cả việc mua sách**.

2. Phải trân quý kinh điển, sách vở in ấn lời Phật dạy. Khi có điều kiện thì mua, thỉnh về nhà để tự mình và người trong gia đình đều có điều kiện học hỏi làm theo. Không nên giữ làm của riêng mà phải sẵn lòng chia sẻ, truyền rộng, khuyến khích nhiều người khác cùng đọc và học theo. Không nên để kinh sách nằm yên đóng bụi trên kệ sách, vì **kinh sách không có người đọc thì không thể mang lại lợi ích**.

3. Tùy theo khả năng mà đóng góp tài vật, công sức để hỗ trợ cho những người làm công việc biên soạn, dịch thuật, in ấn, lưu hành kinh sách, **để ngày càng có thêm nhiều kinh sách quý được in ấn, lưu hành**.

Thông thường, việc chi tiêu một số tiền nhỏ không thể mang lại lợi ích lớn, nhưng nếu sử dụng vào việc giúp lưu hành kinh sách thì lợi ích sẽ lớn lao không thể suy lường. Đó là vì đã giúp cho nhiều người có thể hiểu và làm theo lời Phật dạy. Mong sao quý Phật tử khắp nơi đều lưu tâm đóng góp sức mình vào những việc như trên.

TINH YẾU THỰC HÀNH PHÁP THÍ

- *Mua thỉnh kinh sách về đọc, tự mình sẽ được rất nhiều lợi ích.*

- *Chia sẻ, truyền rộng bằng cách cho mượn, biếu tặng kinh sách đến nhiều người thì lợi ích ấy càng tăng thêm gấp nhiều lần.*

- *Đóng góp công sức, tài vật để hỗ trợ công việc biên soạn, dịch thuật, giảng giải, in ấn, lưu hành kinh sách thì công đức lớn lao không thể suy lường, vì có vô số người sẽ được lợi ích từ việc lưu hành kinh sách.*

www.ingramcontent.com/pod-product-compliance
Lightning Source LLC
LaVergne TN
LVHW011727060526
838200LV00051B/3058

Chapter 1 - First Things First

through my routine of getting our skis ready, waxing them, making sure things were in order, and checking on our kids to make sure they were dressed properly.

We were all ready to go. Everyone had their skis on, and we were ready to push off.

But lo and behold, miracles of miracles! Mom said, "I'd like to try that." I glanced at Sherry; she looked at me, and I just shrugged and said, "Okay. let's see if you can fit into my boots."

They fit! Off Sherry and Mom went. I never got to ski that day because Mom enjoyed herself so much that she and Sherry skied together all day. I played with the kids as they skied around the parking lot. That was the one and only time I was ever able to get her to ski. Of course, she paid the price for it the next day, coming up sore, with every muscle in her body aching.

So. We're back to our question. Why would you want to snowboard? Let me give you a few of the intellectual reasons first, then I'll tell you why I snowboard. Of course, it's very healthy. Plenty of exercise and all that. It gets you out of the house during the winter and heals your mind if you get cabin fever. It's a great antidote for SAD (Seasonal Affective Disorder.) Unlike skiing, both legs are working together. You don't have to be worried about crossing your skis.

After I learned to snowboard, I never skied again. I cross-county skied and winter-camped because that

Snowboarding in Three Simple Steps

was an extension of my backpacking adventures that I shared with my family. I also took our two oldest kids, Lara and Jacob, winter camping, but I never alpine skied again.

I had two Gnu boards, one about 152 cm, the other about 168 cm. I would use the longer board in powder and for speed, lots of speed. The shorter board was the one I learned on, but it was also great in the trees, where I'd encounter all those hidden jumps. However, most of the time, somebody else was using it besides me. I now have an asymmetric board of 160cm with hard bindings.

Snowboarding was so much fun, so exhilarating, and so freeing that it was literally impossible for me to return to a pair of "sticks." It's hard to compare it to anything. Although I had enjoyed my years on skis, the board was twice as much fun. It was like moving from flying airplanes to flying helicopters. An airplane cannot do the maneuvers that a helicopter can do.

All I can say is that if you have the desire to snowboard, go for it! You'll never look back and say, "What if" or "If only."

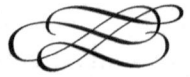

Chapter 2
The Heel and Toe Edge

As Ray enters the ski rental shop, he greets his first student of the day.

"Good morning, Lisa! I'm Ray, and I'll be your instructor this morning."

"Hi, Ray. My name is Lisa, as you already know …"

"Yes, I got your name off my list of students for today. Looks like you're all decked out and ready for the slopes, so let's step outside and head for the chairlift. It's just a 15-minute ride to the top. We're going to use an intermediate run called "El Camino Real" for your lesson. I'll explain more on the way up."

Stepping outside the rental shop, Ray and Lisa head for the chair, walking, carrying their boards.

"Lisa, are you a skier?"

Snowboarding in Three Simple Steps

"Yes I am. I've skied since I was seven. By the way, I have two seven-year-olds — twin girls, and two nine-year-olds — twin boys."

"Are the kids on the slopes?"

"Oh yeah! The girls are finished with their lessons and skiing with their dad while I take my lesson with you. The boys are pretty much on their own. We'll all meet in the lodge for lunch at noon."

"I have good news for you, Lisa. By lunchtime, you'll be snowboarding. And if your girls are running the beginner slopes with Dad, you'll be able to ski with them and show off your new skills."

"That sounds just great!"

"You know, Lisa, I also started skiing when I was very young, just like your kids. I used a pair of World War II cross-country skis. But after I started snowboarding, I never skied on sticks again. You're really going to enjoy this.

"You already know how to get on the lift because you've skied before. But it's a little different with a snowboard. Only our lead foot will be buckled onto our board, with the safety strap buckled to that leg. Let's buckle in now as we get in line. We'll use our loose foot to balance ourselves and push ourselves along on this flat ground."

Chapter 2 - The Heel and Toe Edge

Once on the chair lift, Lisa asks, "So how do I get off this thing without falling on my face?"

"Good question. Let's talk about that on our way up. The two most important things about snowboarding are balance and edge control. The balance on a snowboard is quite different than on a pair of skis, or sticks, as we snowboarders call them. We'll get into balance and edge control once we're off the lift and on the slope.

"Okay. Here's how to get off the lift safely. As you stand up, place most of your weight on your lead foot. Place your loose foot directly on the board immediately behind your lead foot. This will help you balance as you exit the lift. As we exit, we're just going to slide forward. I happen to know that this exit slope is gentle. Nothing to worry about. If you do lose your balance and fall down, just stand up and push yourself

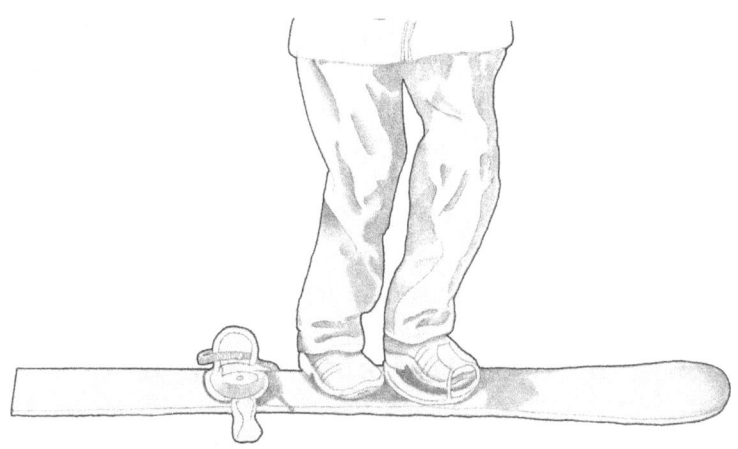

Placement of feet on board

forward with that loose foot, pretty much like you did when we got on the lift. I'll be there to help you if you fall."

"Okay. I should be able to manage that, since I already ski. My next question is why are we using an intermediate slope, rather than a beginner's slope or the bunny hill?"

"I'm glad you asked that question. Remember, I said that the two most important things about snowboarding are balance and edge control. In my years of teaching others to snowboard, I've found that the best place to learn balance is on an intermediate slope, because we are not only going to learn how to balance, but at the same time, we'll learn how to control the edge of the board.

Balance and edging are so intricately-related that you can't learn one without the other. Beginner and bunny-hill slopes do not usually have enough fall (steepness of slope) to get the kind of edge control I teach. Again, with edge control comes balance, and with balance comes edge control.

"Another reason I've chosen El Camino Real is because towards the bottom, the run graduates to a beginner's slope. On this slope you'll be making your first turns, because by that time you will have achieved a measure of proficiency in balance and edge control.

"The third reason I use the intermediate slope is also related to balance and edge control. If you try

Chapter 2 - The Heel and Toe Edge

to use a rope tow or a Poma lift on the bunny slopes you will be constantly falling down. Why? Because you haven't learned balance and you will catch an edge that dumps you. Even if you only make one run on an intermediate slope with me, you will have learned balance and edge control.

"Most of my students have learned to snowboard in 2½ hours or less. That means that they are able to control the board throughout the three basic maneuvers that I'm going to teach you."

"A couple more thoughts before we get off the lift.

"Your board is a ski. It's just wider and shorter than a regular pair of downhill skis. If you look at

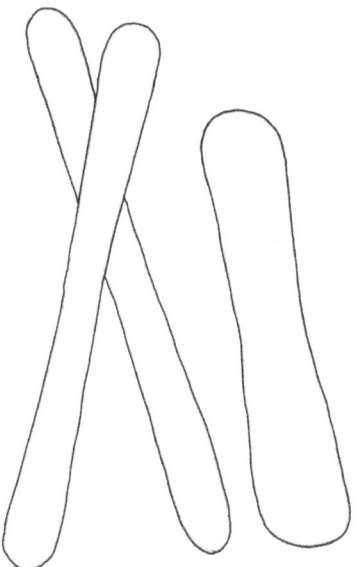

Skis and snowboard showing side cut

Snowboarding in Three Simple Steps

your board, you can see that it has the same kind of side cut that your sticks have. It's the side cut that helps you turn. While I won't to go into the physics of this side cut, just remember that if you don't have this side cut on the snow, you will lose both edge control and balance.

"Okay, let's prepare to get off the lift. Here we go! Pressure on your front foot, placing your loose foot on the board right behind your front foot."

Sliding on their boards, Ray and Lisa exit the chair lift. Seeing that Lisa didn't fall as she boarded away from the lift, Ray compliments her on her exit. "Now that was a great exit! Nice balance! Let's take our boards off and walk over to where I'll really put you to work."

The conversation continues as Lisa and Ray walk over to the top of the run, El Camino Real. Reaching their start point, Ray continues.

"Since you're already a skier, I know you're not intimidated by this slope. However, if you were a total beginner, I would probably encourage you with something like this, stating the obvious: 'That looks like a pretty steep slope, doesn't it? Well, it's not as steep as it looks. You'll see why in a minute. We're going to go down that slope in a controlled manner, but you will be so busy concentrating on what I'm teaching you that before you know it, we'll be at the bottom of the slope.'

Chapter 2 - The Heel and Toe Edge

"So, let's strap on our boards and go to work. Sitting down, like we are, is probably the easiest way to buckle our straps. Some bindings, like mine, lend themselves to standing while you're strapping in.

"Your first challenge is learning to stand. With your board perpendicular to the slope, perpendicular to the fall line, so that you don't slide off one way or the other, you will come up on your heels.

"The trick to this is to get your board as far under you as possible. Then from a deep squat, rise up, balancing on your heels." (Squats, with pressure on your heels, are a good exercise to strengthen your legs.

Rising from a deep to a shallow squat

"Don't try to stand up as straight as you would if you were walking. Instead, come up just enough so that you are in a slight squat position, as if you were getting ready to sit on a dining room chair. At the same time, put your arms out in front of you as if you were going to accept a basketball. Okay? Up you go.

Snowboarding in Three Simple Steps

"In this slight squat position, upper body straight, arms out in front, head up, you are now standing on your heels (and likely wobbling around). Having your weight on your heels, means that it is simultaneously on your uphill board edge."

Lisa tries the squat position, and Ray continues, "Good! Now sit down and rest a minute.

"We need to identify a few terms that may already be familiar to you, but have different meanings on a snowboard: front and rear, downslope and upslope edges, forward and backward, and a sideway slide.

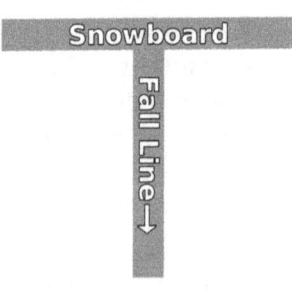

Snowboard/Fall Line "T"

"Every slope has a fall line. It doesn't matter if it's a gentle slope or a very steep slope, one that is almost vertical. A fall line is nothing but an imaginary line that goes down the slope. The fall line will come into play more as you learn to make turns. Where we are now sitting at the top of El Camino Real, we are at the top of that imaginary line.

Think of the letter T. The long stem of the T is the fall line. The top cross bar of the T is you, or rather, your snowboard. So your snowboard is

Chapter 2 - The Heel and Toe Edge

perpendicular to the fall line of the slope. As you learn balance and edge control, you want to maintain your board in this perpendicular orientation.

"As we sit here on our derrières, our upslope edge is our heel edge. Our downslope edge is our toe edge. If we roll over onto our tummy and stand up, what happens?"

"I know," exclaims Lisa. "We change to our toe edge and it becomes our uphill edge."

"That's right. If you were skiing on your skis, what edge do you ski on?"

"My downhill ski on its uphill edge."

"Yes. That's correct. So, on a snowboard we are always skiing on a downhill ski, on our uphill edge. This is because we have only one ski to worry about. For now, just remember that all your weight needs to be on your uphill edge.

"Now another question, Lisa. If we were to ski forward, which way would we be skiing on our board?"

"Wouldn't that be skiing the length of the board?" asks Lisa.

"Well, Lisa, if we stand up and ski forward like this, isn't that skiing forward?

Snowboarding in Three Simple Steps

Ray demonstrates with his board perpendicular to the slope, sliding sideways downhill.

After all, I'm skiing the full length of my board and I'm facing forward, down the slope."

Sliding sideways, body facing downhill

"Ah! I see what you mean, Ray. I would be moving forward in the direction that I normally walk, however, the board would be moving sideways. So forward is not forward as we walk, but sideways along the long axis of the board."

Chapter 2 - The Heel and Toe Edge

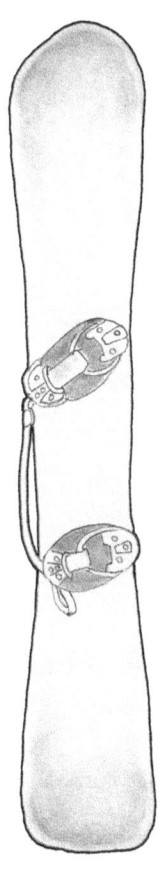

Spoon and tail

"That's right. So the front of the board is the pointed curved-up tip. We call it the spoon. The tail of the board can be curved, and usually is to some degree, but even if it's curved a lot, it is usually a squared-off curve, with no point.

"So for the time being, as you learn your balance and edge control, we are going to be sliding downhill on our heel edge or on our toe edge with the board perpendicular to the slope. This is the sideway (or sideward) slide.

"One more thought before we actually stand up and try it. I'll demonstrate. Watch what my board does when I stand up all the way without my board sliding. Now, notice what happens when I do a deep squat without actually sitting down completely.

"So what did you notice, Lisa?"

"Well … as you stood up, the board became flatter on the slope. As you did the deep squat, the toe edge of the board came up away from the surface of the snow."

"That's right! This means that you have a way of controlling how much and how fast you slide. The

Snowboarding in Three Simple Steps

Shallow and deep squats showing what happens with the board

more you sit, the more your heel edge grips the snow. The more you stand, the less your heel edge grips the snow as you begin to slide. If you want to slide faster, stand up more. If you want to slide slower, sit more. This is also true of your toe edge.

"When I say 'stand up,' I don't mean for you to stand completely upright as if you were standing and waiting for the "walk" sign to cross the street. No, you must always maintain a certain amount of the squat position for edge control. To stand up on the snowboard means to come to a lesser squat position. To sit more means to acquire more of the squat position.

"One last point. Keep your weight even across the board. What I mean is, stand on both feet with same

Chapter 2 - The Heel and Toe Edge

amount of weight on each foot. Later, we'll change your weight distribution along the length of the board, but for now, just keep the same amount of weight on each foot as we do the sideward slide.

"Okay, let's do it! Board tucked under you, deep squat position, weight evenly distributed on the heels of both feet, hands out in front, and up we go!

"Voila! Now you're standing! Excellent!

"Maintain your balance just as you are. Stand up a little more until you start to slide sideways downhill. Remember, even though you are moving forward, your board is moving sideways. You want to maintain this sideward slide and control it with squats. Good! Keep sliding. Now sit or squat just a little deeper. Notice how you slowed down. Squat a little more and you will stop. Excellent first try!

"So, what did you experience on that first slide?"

"I think a couple of things, Ray. First of all, it was a thrill to stand without falling on my first try! Yippee! And then I found that I had to shift my weight along the length of the board in order to maintain its position perpendicular to the slope, the fall line."

"Good. And why do you suppose you had to shift your weight?"

"Because of the unevenness of the snow?"

"Yes. You are really picking this up quickly, Lisa. Since we're still standing on our heels, lets continue to slide down the slope for a short way."

As Lisa continues to slide, Ray watches her and says, "You're doing very well. You haven't fallen once."

And with that, Lisa takes a tumble, falling forward.

"Well, it looks as though I spoke too soon. Are you okay?"

"Yes, I'm fine."

"Good! What an opportune time to talk about falling. Scoot yourself around so you can sit again.

"Falling is an inevitable result of making a mistake. In learning any sport, as a beginner, you are prone to these mistakes. That's why we always go slow. The objective of your instructor, in this case, me, is to minimize these mistakes by giving you enough information that you can accomplish a maneuver without injury to yourself. However I'm sure you realize that as we make mistakes, we also learn from them, providing, of course, that they don't incapacitate us.

"What did you experience as you fell? What happened that forced you to fall?"

Reflecting for a minute, Lisa responds, "If I were to relate my fall to learning how to ski, I would have to say I probably caught my downhill edge, my toe edge."

Chapter 2 - The Heel and Toe Edge

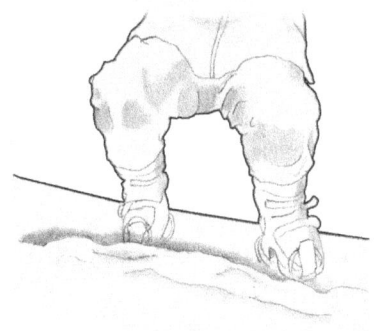

Catching the downhill edge

"And what caused you to catch your toe edge?"

"If I relate it to learning to ski again, I probably momentarily lost my balance."

"How correct you are! The thing I liked about your fall, though, was that you fell properly."

"You mean there's a proper way to fall?"

"Oh yes! What did you do when you fell? I'm sure you learned this when you learned to ski."

"Well ... I tucked my arms in against my body and rolled to my shoulder so I wouldn't plant my face in the snow."

"That's exactly what you did. And you've done it enough so that it was a completely automatic reaction. Now, why tuck your arms? Most of us would reach out and try to catch our fall with our hands"

Snowboarding in Three Simple Steps

"I tucked my arms to protect myself from the possibility of breaking my wrist or forearm."

"How right you are! So in a forward fall, one in which you might plant your face, the idea is to tuck your arms close to your body and roll to your shoulder. Going slow, as we are, also lessens the chance of bodily injury, because we have very little speed, and thus very little momentum.

"You must realize, Lisa, that even once you become fairly proficient in your snowboarding, you are occasionally going to 'catch an edge' and fall. What else is important in falling? In fact, it is probably the first consideration?"

"Well, Ray … I don't think I know that one."

"Yes, I think you do, because you did it."

After thinking a minute, Lisa says, "Ha! To relax."

"Yes, to relax. To let your body go completely limp so that you become like a rag doll, if you please. If you can learn to do this, and obviously you have to some degree, you will probably never sustain an injury. Just remember to proceed slowly while you are learning. Keep your speed down. With proficiency, your speed and confidence will automatically increase.

"OK, let's do some more sliding. This time, however, let's slide backward down the hill on our toes. To

Chapter 2 - The Heel and Toe Edge

get on your toes, visualize yourself sitting on a dining room chair lying on your back. Your legs would be bent, and your board would be in the air. Now roll over on your tummy. As you do this, you find yourself face down on the slope. Come up on your knees, and again, position the board under you as much as possible. In what position do you find yourself?"

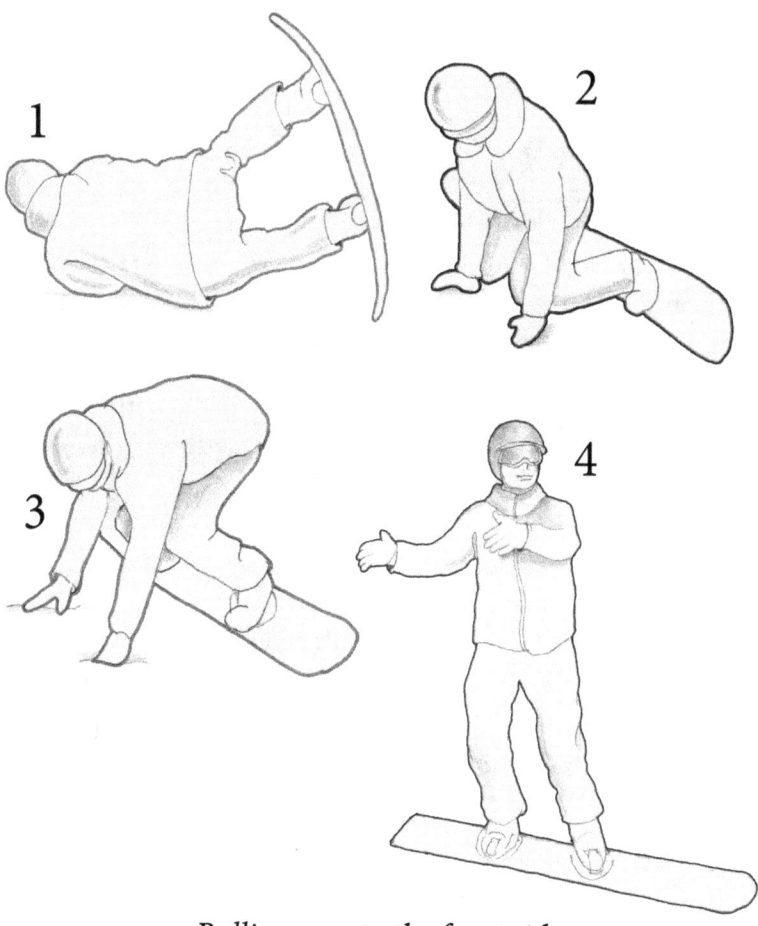

Rolling over to the front side

Snowboarding in Three Simple Steps

"I'm squatting, again, Ray. Only this time I'm on my toes."

"From this toe-squat position, arms out in front, rise to the standing position (semi-squat) on your toe edge. The same thing applies. The deeper you squat, the slower you slide backwards, and conversely, the more you stand erect, the faster you slide backwards, always keeping your board perpendicular to the slope or fall line. Go ahead, slide."

Lisa slides. On Ray's command, she stops and kneels down, resting on the snow.

"I stopped you because I want to go over how you should fall if you fall backward, down the slope. This is actually one of the easiest falls you will take because it is nothing more than completing a backward somersault. You will fall this way because you will, again, catch your downhill edge, which in this case is your heel edge. Allow me to demonstrate."

Ray demonstrates the backward somersault.

"Notice what I didn't do. I didn't try to reach behind myself and catch my fall. Instead, I just relaxed, and completed the backward roll. From your position, come up to the squat position on your toes, but don't stand up. Now simply roll over backwards downhill.

"As you can see, if you don't have a lot of momentum, your somersault stalls and you end up simply lying on your back. However, if you have a lot of

Chapter 2 - The Heel and Toe Edge

momentum, you can actually complete the somersault and end up back on your feet, upright, i.e., back upright on your board. This is actually a fun maneuver to do once you become proficient in balance and edging. In fact, it is a maneuver you will do when you learn to do jumps. We usually call it the back flip.

"One more thought about falling. All along I've been stressing control — stay in control. Go slow until you gain proficiency. Whenever you feel that you are getting out of control or unsure of yourself, as a safety measure, immediately sit down on the snow. This slows and stops you and puts you back in control. Catch your breath, slow your heart rate and then try once again."

Ray continues to work with Lisa, directing her heel and toe positions as she slides sideways (perpendicular to the fall line) down the hill, gaining confidence in her edge control and balance positions.

"You have nice edge control and balance in your sideward slide, Lisa. I know it's been work for you. But now I want to introduce you to the second maneuver, the second simple step in learning to snowboard. This one you will find is really fun and will build your confidence level. In this second maneuver you will continue to concentrate on your balance and edge control."

Chapter 3
Scallops & Sliding Forward

"As you begin to learn this new maneuver, you're going to change your stance, your standup position on your board. Not too much — only your arms will change positions. However, you will also learn a new balance position. Your weight distribution will change.

"To start, come up on your toe edge with your hands out in front of you in the normal sideward slide position. Now, since your left foot is your lead foot, tuck your right hand into your coat pocket, and stretch your left hand/arm out over the board, like this."

Ray demonstrates the new position.

"I also want you to place most of your weight on your lead leg, but also maintain your semi-squat position. To make sure you have your weight on your lead foot, pretend that you are diving off the side of a swimming pool at about a 45 degree angle. Your

Chapter 3 - Scallops & Sliding Forward

trailing foot should be pushing you towards this diving posture which ensures that your weight is on your lead foot."

Forward arm position

"Diving" position

Snowboarding in Three Simple Steps

"Now, slowly move your left arm towards your back and then towards your front and tell me if you notice anything happening to you?"

Lisa moves her arm backwards and forwards.

"I'm not sure, Ray, but it felt like I shifted my weight a bit toward my heels as I moved my arm towards my back. It shifted back more to my toes, once I swung my arm towards my front."

Arm forward toward toes (exaggerated)

Arm backward towards heels (exaggerated)

Chapter 3 - Scallops & Sliding Forward

"That's exactly what happened. It's a very subtle weight shift, but extremely important. We are on our toes now, so this arm movement is going to help you learn to turn and to shift your weight when you want more or less weight on your toes — the toes of your lead foot. When we change to our heels, this arm movement will help us shift our weight to the heel of our lead leg."

Note to the Reader

If you are a skateboarder, you know that your trailing foot on the skateboard controls most of what you do. Therefore, when you start to learn how to snowboard, I would suggest that you swap places with your feet; i.e., your skateboard trailing foot becomes your lead foot on the snowboard.

If you do not make the switch, more than likely you will have trouble controlling the snowboard because you will be trying to control it like a skateboard; you'll be "lifting" the edge of the snowboard off the snow, causing you to lose all control of the snowboard. Also, you will be "kicking" the board around, trying to force it to do a maneuver which it can't do because its edge is not in proper contact with the snow. Kicking the board around also puts you in the stop position. The stop position is the same position Lisa is in when she is doing the sideward slide, sliding sideways down the slope, learning edge control.

Snowboarding in Three Simple Steps

"In the next part of this second step, we are going to slide forward and only very slightly downhill. Actually, we are going to slide across the slope towards the other side. Remember, forward on your board is towards your tip, the spoon. As you begin to slide forward, I want you to move your arm towards the slope. That would be towards the front of your body. Your weight will shift and you will turn slightly uphill into the slope and stop. Watch me as I demonstrate."

Sliding forward, slightly downhill

Chapter 3 - Scallops & Sliding Forward

Ray demonstrates the maneuver and exaggerates his arm movements so that Lisa is able to see.

"I call this the 'slide and scallop,' as you are going to make a series of starts and stops that from a distance look like a series of scallops on the snow.

"Okay. Now you try it. Remember to maintain your upright body position with a slight squat, weight on your front leg ... and slide. Head up, watch where you are going, don't look at your board."

Ray encourages Lisa as she begins to slide.

"Good. Keep moving. Now move your arm towards the slope. Keep your head up. And there you are; you've come to a stop. Let's do it again, actually several more times as we cross El Camino Real to the other side."

Lisa practices starting and stopping, each time turning into the slope to stop.

"Good, Lisa! We made it across. You have not only learned to control your forward slide, but you have learned another way of stopping. Most importantly, you have learned how to start your front side or toe turn. Now tell me that wasn't fun! Your eyes are lit up like a Christmas tree!"

"Oh yes! It felt so good — exhilarating! Like a breath of fresh air!"

Snowboarding in Three Simple Steps

The scallop trail across the slope

Chapter 3 - Scallops & Sliding Forward

Snowboarding in Three Simple Steps

"What do you suppose comes next?"

"Sliding on my heels."

"Right you are. Here's how you do it. Kneel down, roll to your backside. and come up on your heels in that same arm-over-the-board squat position. On our heels, we'll ski back across the slope."

"I still swing my arm towards the slope, don't I? And this will turn me backward into the slope."

"Yes. You'll do the exact same thing, only on your heels. Let's go."

Lisa skis back across El Camino Real, starting and stopping several times as Ray watches.

Sliding forward

Chapter 3 - Scallops & Sliding Forward

"Let's modify this scallop maneuver a bit. Instead of stopping and starting each time, let's just slow down by turning into the slope as usual, but before we come to a complete stop, we'll let the board swing slightly downhill again, thus making a series of connected scallops across the slope. Our arm movement, which helps us shift our weight so we turn into the slope to slow, will also be used to help us shift our weight so the board turns slightly downhill away from the slope. As you start to slow, move your arm away from the slope. This tends to shift your weight towards the downhill edge of your board. It lessens the weight on your uphill edge, so your board automatically has a tendency to swing slightly downhill. As this happens, you pick up a little speed. You can just check it with an arm movement into the hill. As you slow, again move your arm away from the hill. In other words, we'll ski across without stopping, making these scallops. If your speed picks up, turn into the slope to slow, but don't stop. If you get out of control, sit! Let's go!"

Lisa and Ray ski back and forth, alternating between skiing on the toe edge, then skiing on the heel edge. No turns are made. Each time they switch to come back across, Lisa sits down and rolls over on the snow to change directions.

"You've only taken a couple of falls, Lisa. Your balance and edging are coming along fine. You're keeping yourself under control with your turns into the slope, which slows you down. We are now approaching the gentler or 'beginner' part of El

Snowboarding in Three Simple Steps

Camino Real. On this part of the slope, I would like to see you ski faster, pick up your speed, and then turn into the slope to stop. To do this, you have to point your board a little more downhill, down the fall line. In other words, you have to ski a steeper angle across the face of the slope, just like we've been doing. I'll demonstrate; then you give it a try!"

Ray demonstrates and then waits for Lisa to try the maneuver. Hesitant at first, Lisa skis towards Ray and then turns into the hill to stop.

"Your eyes are happy eyes again, Lisa. Wasn't that fun?"

"Oh, my goodness! What a thrill!"

"We'll continue to do this both on our heels and on our toes just as we did before, but with more speed as we cross the slope each time. Remember to sit down if you feel you're getting out of control. Or just simply turn into the slope."

As Lisa practices crossing the slope with more speed, her confidence increases. As her confidence increases, so does her speed, keeping everything well under control.

"Now, Lisa, we come to the third step and the last maneuver that I'll be teaching you today. This maneuver is what makes snowboarding so fun. Can you guess what it is?"

Chapter 3 - Scallops & Sliding Forward

"Yes. I think I need to know how to turn so I don't keep having to sit down and roll over every time I want to change direction."

"Now that's a true statement if I've ever heard one. Let's talk the turn through."

Chapter 4
The Turns

"For most folks, the backside turn or the turn on the heels, seems to be the easiest turn to make when learning turns. We start the turn on our toe edge, our weight mostly on our front or leading leg, sliding slowly across the slope as before when we were doing scallops. However, instead of moving our arm into the slope and stopping, we move our arm/hand towards our heels and allow the board to come around until it is pointing downhill, down the fall line. Your weight should still be forward — you should be trying to "dive" off the board. As this happens, you will momentarily pick up a little speed. The board will actually come to a flat position on the snow because you will be transferring your weight from your toes to your heels, with your arm still moving toward your heels to help you in that weight transfer.

Chapter 4 - The Turns

You have to cross the fall line to complete your turn. As your weight shifts to your heels, squat just a little more. This tends to brake you and slow you down from the speed you picked up as your board headed downhill and crossed the fall line. Maintain your arm position toward your heels as you complete the turn. One final thought. Keep your head up and look to where you want to finish your turn.

"Once again:

1. Start the turn on your toe edge as you slide across the hill. Weight on your forward leg. Remember to "dive" off your board.

2. Swing your arm gently towards your back/heel edge and allow the board to come around and point downhill, down the fall line — only momentarily.

3. As you come to the fall line, begin to transfer your weight to your heels. Keep the turn going; as you cross the fall line, squat more, checking your speed. Look to where you are turning.

4. Once you cross the fall line and have checked your speed, come to a more upright position. On this first turn, we'll continue the turn on our heels and turn into the slope to stop. Are you ready? Let's try it!"

Lisa stands up on her toe edge, starts to glide across the slope, moves her arm towards her heel edge which starts the board downhill towards the fall

Snowboarding in Three Simple Steps

Toe to heel backside turn

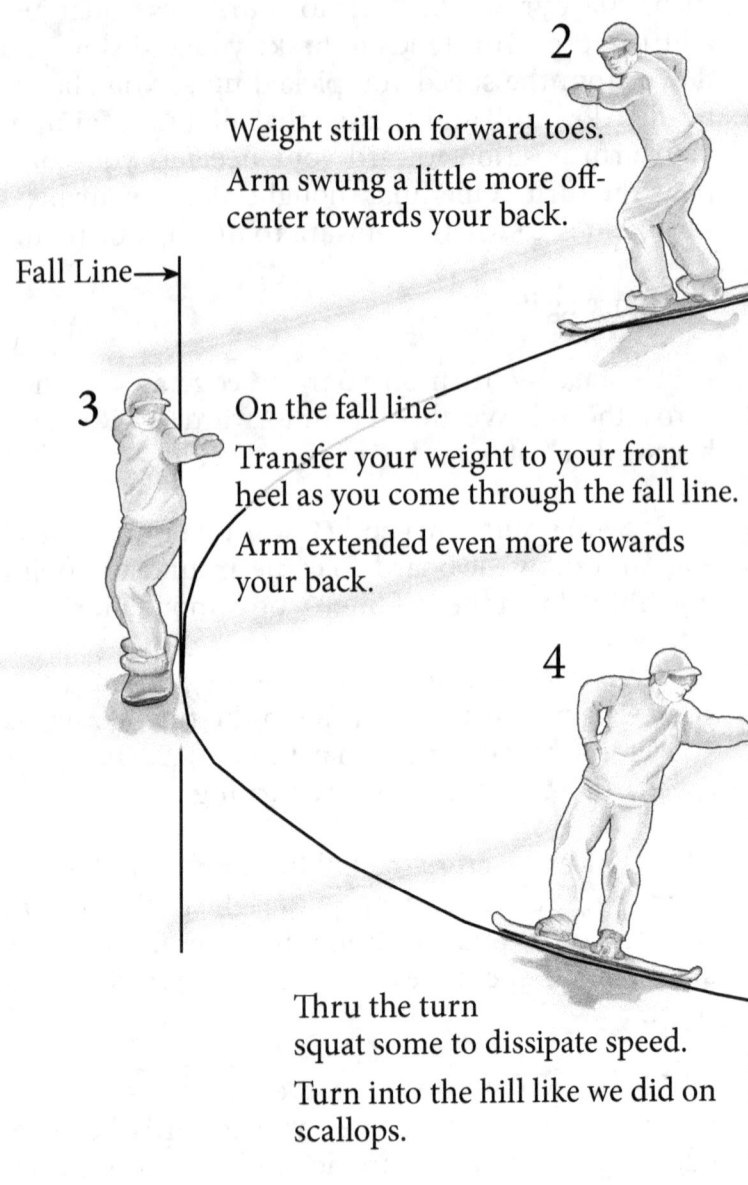

2
Weight still on forward toes.
Arm swung a little more off-center towards your back.

Fall Line→

3
On the fall line.
Transfer your weight to your front heel as you come through the fall line.
Arm extended even more towards your back.

4
Thru the turn squat some to dissipate speed.
Turn into the hill like we did on scallops.

Chapter 4 - The Turns

1

Weight on forward leg (toes).

Arm swung slightly off-center of the board, down hill, towards your back.

Point arm to the inside of the turn all the way thru the turn.

5

Come to a stop position.

line. Keeping her weight forward — on her forward leg — she allows the board to go flat as she comes to the fall line. Once on the fall line, she transfers her weight to her heels, squatting a little deeper, checking her speed, keeping her arm swung back towards her heels. She continues through the turn and slows as she turns into the slope to stop. She then collapses on her derrière, excited about having completed her first turn without falling! "My goodness, that was so fun!" she exclaims.

"You've now got your first inkling of how much fun it is to snowboard. Let's do this heel or backside turn a few more times, and then we'll try a front-side turn."

As Lisa continues to practice her backside turn, she gains skill and confidence and continues to improve her balance and edge control along the length of her board.

"We have now passed the half-way point on El Camino Real. "Your balance has become very good. So much so, Lisa, that it is now time to learn the front-side turn.

"Your front-side turn starts from your heel edge and ends on your toe edge. Except for your arm movement, everything else is the same. On the front-side turn it is really important that you "dive" off the board, i.e., that you assume this posture as it really helps you keep your weight on your lead leg.

Chapter 4 - The Turns

To start, we'll slide across the slope on our heel edge, swing our arm/hand towards the toe edge (downhill edge) to change our weight position, allowing the board to come to the fall line, cross it - with a slightly deeper squat to check speed - and come off the fall line on our toes, turning into the slope to stop. Let's try it! Do not look down the slope. Look to the spot where you want to complete your turn. Let's go!"

From her sitting position, Lisa comes up on her heels, starts to glide across the slope, swings her arm/hand gently towards her toes, changing her weight, allowing the board to approach the fall line, completes her weight transfer to her toes as she crosses the fall line, and then turns into the slope to stop.

With sparkling eyes, she gazes at Ray with the realization that she has accomplished a major step in learning to snowboard. "Wow! You weren't kidding when you said this was fun!"

"No, Lisa, I wasn't kidding! You are going to practice this front-side turn several more times, and then you will be ready to connect the heel and toe turns into one movement. That's when everything you've learned comes together — balance and edge control, stopping and starting, completing backside to front-side turns. With practice, you will perfect all of this into smooth boarding. Then the real fun begins because you will be off looking for powder, steep slopes and jumps. So let's practice our front-side turn a few more times."

Snowboarding in Three Simple Steps

Heel to toe front-side turn

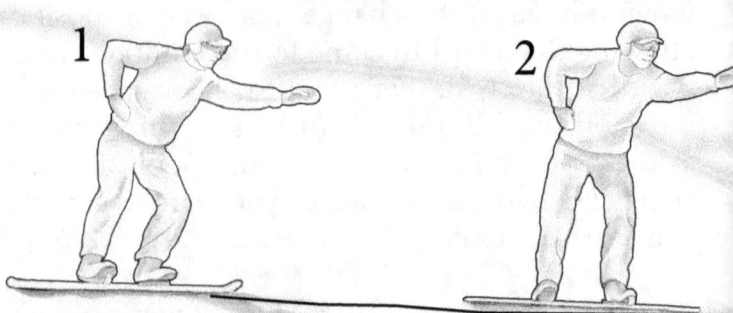

Arm positioned slightly to the inside of the turn.

Come to a stop position.

Chapter 4 - The Turns

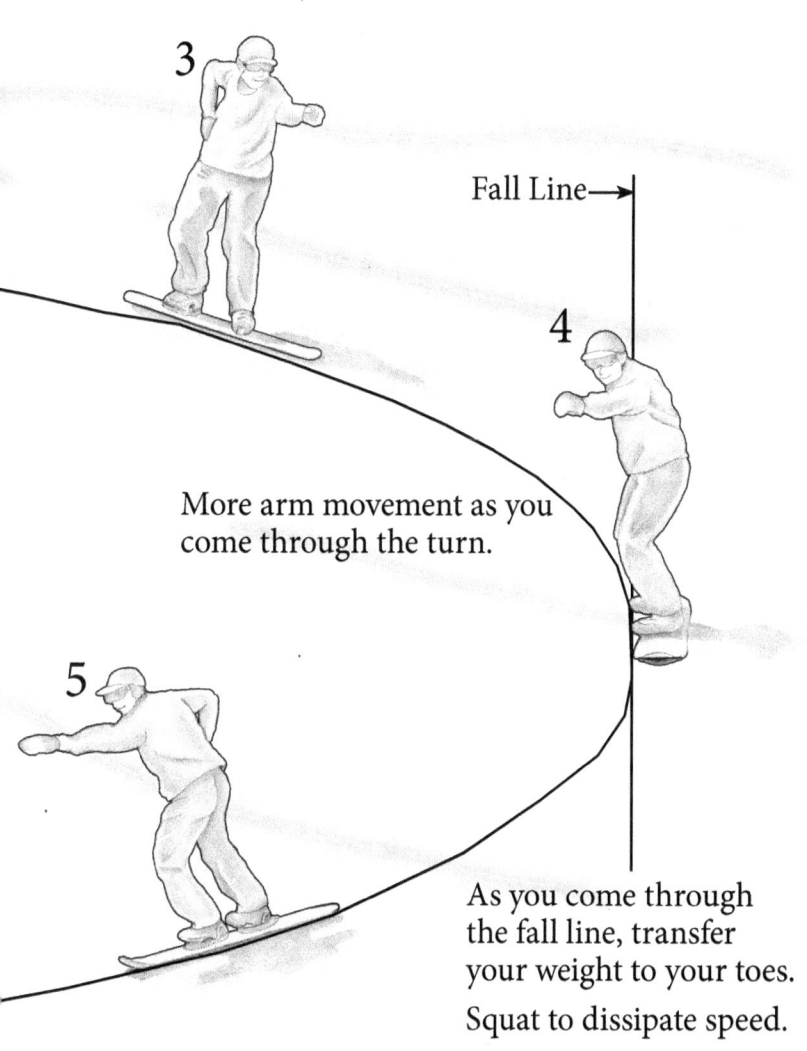

Fall Line→

More arm movement as you come through the turn.

As you come through the fall line, transfer your weight to your toes.

Squat to dissipate speed.

Snowboarding in Three Simple Steps

With that practice completed, Ray decides it's time for Lisa to connect her turns.

"We are about ¾ of the way down the slope, Lisa. What we want to do now, is connect our heel and toe turns, our front-side and backside turns. Here's how we'll do that. We'll start from our toes and do the backside turn, transferring our weight to our heels as we cross the fall line, just as we practiced. But instead of turning into the slope to stop, once we complete the turn, we'll immediately begin the front-side turn sequence as you continue to ski, allowing your board to come back to the fall line, transferring your weight to your toes as you cross it. Remember to look to where you want to turn. Don't look down the slope."

Connected turns

Chapter 4 - The Turns

And so, on the bottom quarter of El Camino Real, which, by the way, is the beginner slope part of El Camino Real — it's just the way the mountain is formed — Lisa attempts and completes her first connected backside (heel) to front-side (toe) turns. "Whoopee!" she hollers. "That was an amazing feeling, exhilarating, and so fun!"

"You have been an excellent student, Lisa. You've just completed your first S-turn. What you will do now, on the remainder of this slope, is make several of these S-turns, one after the other, so that they are all connected and you have a wavy line coming down the slope. Let's to it. Keep your speed under control and remember to look where you want to turn."

Ray follows Lisa, speaking encouragement, as they ski on down the slope, making S turns towards the lift. Then Ray hollers, "Stop at the rental shop!"

"Well, Lisa, you've done it. You've learned the three basic steps of snowboarding in exactly two hours and fifteen minutes. If you remember, I told you I would have you skiing in control in 2½ hours or less. And here it is less.

"Now all you have to do is find your family and ski with your hubby and daughters on a beginner slope for the remainder of the day until you really have those connected turns down pat. Once you are really comfortable on the beginner slopes, look for a slope that is between a beginner and intermediate slope and practice those turns. Practicing your turns continues to sharpen your balance and edge control skills. Remember to 'dive' off your board as you come through each turn, as that helps you keep your weight on your forward leg and thus keeps your board edge on the snow."

"Good luck to you! I'll see you on the slopes. Since you are familiar with this resort, go ski one of the beginner slopes, because you have just over an hour before you meet your family for lunch.

"Thanks! Ray. I can't believe how quickly I learned. I'm looking forward to putting everything you've taught me into practice."

Well, I'd better go pick up my next student - and that student is you, the reader.

As you can see, it's not difficult to learn to snowboard. It just takes practice and a certain amount of mastery of each movement before moving onto the next phase. Briefly, let's look at each phase.

1. The Heel and Toe Edge Perpendicular Slide which teaches you balance and edge control. This is the most basic, the most fundamental maneuver of learning to board. If you do not master this first maneuver, both on your heels and on your toes, nothing else works. All other maneuvers that you learn depend upon your ability to balance correctly and to control your edge. This is especially impor-

Chapter 4 - The Turns

tant when it comes time to learn how to jump and to ski the half-pipe. A good exercise to strengthen your legs is to do deep squats on both your heel edge and on your toe edge. Stand for a few minutes on your heel edge, rest, and then on your toe edge.

2. Scallops. Practicing scallops further enhances your learning of balance and edge control, but it also teaches you to (a) control speed, and (b) to learn the basics of starting a turn. Practice the following exercise: after you have done a few start-and-stop scallops at slow speeds, increase your speed, but still do the start-and-stop procedure. This will keep you under control as you learn to control your speed. Next, practice connecting your scallops at the increased speed.

When sliding forward doing scallops, remember to keep your weight on your forward leg, to "dive" off your board. You should always be in this "diving, semi-squat" position when skiing.

3. Turns. I always teach students their first turns on a beginner slope. For first turns, intermediate slopes are too steep, bunny slopes are too flat. With Lisa, El Camino Real transitioned to a beginner slope towards the bottom of the run. So after you master your edge control and balance on the intermediate slope, go to a beginner slope to practice your first turns, or even to practice your scallops. Do a few scallops first to acclimate yourself to the gentler slope. Then practice your turns.

Snowboarding in Three Simple Steps

Once you are proficient in these three basic maneuvers, its time to move on to the intermediate, and eventually to the black diamond runs. On the steeper runs, its essential that you "dive" off your board as this posture helps you maintain the correct distribution of your weight on the board as well as your position over the slope - it keeps your control edge on the snow and it keeps your body weight out over your board.

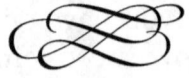

Chapter 5
A Few Safety Tips

Wear a helmet, especially if you like skiing in the trees. Trees are fun because there are all kinds of natural jumps to be skied.

If you like to jump, learn to jump on an open slope first. However, never, ever jump from a position whereby you would land flat. Landing flat will drive your legs up into your body. You can break bones, and if the jump is high enough, it may even kill you due to the g-forces you experience when you land.

Use a little common sense and be courteous to all others on the slope. Yes, most resorts have a list of basic "rules to abide by," however, if you as a boarder, would practice the Golden Rule, other skiers, as well as yourself, would enjoy a better day of skiing. When I taught my kids to drive, (we have four boys and four girls) I always told them to be courteous to other drivers, no matter what the other driver did. You never know if that person is sick, elderly, or has some kind of medical problem that causes them to pull a "boner." Courtesy keeps you from having accidents and provides a measure of safety for all.

A little "toot" about myself.

I started snowboarding in the late 1980's when snowboarding was a novelty. There were very few snowboard instructors around. None, that I know of, were certified. I took one lesson late in the season, intending to take more the following year. However, when I returned to one of my favorite resorts the following season, they had no snowboard instructor. The head ski school instructor asked me if I would teach, subsequently I taught all that season. Teaching was not new to me. Over the years I've taught archery, pistol and rifle shooting skills, canoeing, kayaking, skiing, cross-country skiing, winter camping, sport climbing, tennis, backpacking, map and compass work also known as land navigation, and I was an FAA certified helicopter flight instructor. I am still an active hiker, focusing on wildlife and landscape photography.

Resorts where I have skied/snowboarded with friends and family.

Oregon
Tamarack . . . . Klamath Falls, no longer a viable ski slope.
Mt. Bachelor . . . . Bend
Mount Ashland . . . . Ashland
Anthony Lakes . . . . La Grande

Chapter 5 - A Few Safety Tips

Idaho
Bogus Basin . . . . Boise
Brundage Mountain . . . McCall
Silver Mountain. . . . . . . Wallace
Lookout Pass . . . . Mullan, Idaho/Montana
                                  State Line
Schweitzer. . . . . Sandpoint

Utah
Snowbird. . . . . Salt Lake City
Snowbasin. . . . . Ogden
Brighton . . . . Salt Lake City
Park City. . . . . Park City

Wisconsin
Trollhaugen . . . . not too far from Minneapolis

Colorado
Breckenridge . . . . Denver
Copper Mt. . . . . Denver

Ray McNeal
February 16, 2017
On the road

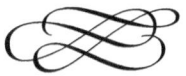

www.ingramcontent.com/pod-product-compliance
Lightning Source LLC
LaVergne TN
LVHW021737060526
838200LV00052B/3321